മലയാളത്തിലെ
സ്ത്രീപക്ഷ നാടകവേദി
ചരിത്രവും യാഥാർത്ഥ്യവും ഒരന്വേഷണം

malayalathile sthreepaksha nadakavedi
charithravum yadhardhyavum oranweshanam

•

siji pradeep

•

first edition
february 2016

•

typesetting
dbh overbridge, TVM

•

published
chintha publishers, thiruvananthapuram

•

•

cover
midas

•

വിതരണം

ദേശാഭിമാനി ബുക്ക് ഹൗസ്

H O തിരുവനന്തപുരം–695 035
phone: 0471-2303026, 6063026
www.chinthapublishers.com
chinthapublishers@gmail.com

ബ്രാഞ്ചുകൾ

ഹെഡ്ഓഫീസ് ബ്രാഞ്ച് കുന്നുകുഴി • സ്റ്റാച്യു തിരുവനന്തപുരം • കെ എസ് ആർ ടി സി ബസ് സ്റ്റേഷൻ ആലപ്പുഴ • കെ എസ് ആർ ടി സി ബസ് സ്റ്റേഷൻ എറണാകുളം • മച്ചിങ്ങൽ ലെയ്ൻ തൃശൂർ • ഐ ജി റോഡ് കോഴിക്കോട് • മാവൂർ റോഡ് കോഴിക്കോട് • എൻ ജി ഒ യൂണിയൻ ബിൽഡിങ് കണ്ണൂർ • സെൻട്രൽ ബസ് ടെർമിനൽ കോംപ്ലക്സ് താവക്കര കണ്ണൂർ

CO - 2321 / 3825

മലയാളത്തിലെ സ്ത്രീപക്ഷ നാടകവേദി

ചരിത്രവും യാഥാർത്ഥ്യവും ഒരന്വേഷണം

സിജി പ്രദീപ്

ചിന്ത പബ്ലിഷേഴ്സ്
തിരുവനന്തപുരം-695 035

സിജി പ്രദീപ്

മാതാപിതാക്കൾ : ആർ രവീന്ദ്രൻനായർ, ശാന്തി എസ്.

ശ്രീ. ശങ്കരാചാര്യ സംസ്കൃത സർവ്വകലാശാലയിൽനിന്ന് മലയാള സാഹിത്യത്തിൽ എം എ കേരള സർവ്വകലാശാലയിൽനിന്ന് തിയേറ്റർ ആർട്സ് & ഫിലിം ഏസ്തെറ്റിക്സിൽ എം ഫിൽ ബിരുദങ്ങളും തിരുവനന്തപുരം പ്രസ് ക്ലബ്ബ് ഇൻസ്റ്റിറ്റ്യൂട്ട് ഓഫ് ജേർണലിസത്തിൽനിന്ന് പത്രപ്രവർത്തനത്തിൽ പി ജി ഡിപ്ലോമയും നേടി. ഇപ്പോൾ കോട്ടയം മഹാത്മാഗാന്ധി സർവ്വകലാശാലയിൽ ഗവേഷണം നടത്തുന്നു. അഭിനയനാടക പഠനകേന്ദ്രം, നിരീക്ഷ വുമൺ തിയേറ്റർ തുടങ്ങിയ നാടകസംഘങ്ങളിൽ പ്രവർത്തിക്കുന്നു. *കറുത്ത ദൈവത്തെത്തേടി, സ്പൈനൽകോഡ്, ആണ്ടുബലി, വിശുദ്ധ പാപങ്ങൾ, സിദ്ധാർത്ഥ, ഭഗവത്ജ്ജുകം, ആണുങ്ങളില്ലാത്ത പെണ്ണുങ്ങൾ, പ്രവാചക, മദർ കറേജ് & ഹേർ ചിൽഡ്രൻ* എന്നിവയാണ് പ്രധാനപ്പെട്ട രംഗാവതരണങ്ങൾ. *ലൂമിയർ ബ്രദേഴ്സ്, ഏറനാടിൻ പോരാളി* തുടങ്ങിയ മുഴുനീള ചലച്ചിത്രങ്ങളിലും പകലുകളുടെ റാണി, ദ ഹർട്ട്, പരോൾ, ഹാജ, തുടങ്ങിയ നിരവധി ഷോർട്ട് ഫിലിമുകളിലും പരസ്യചിത്രങ്ങളിലും അഭിനയിച്ചിട്ടുണ്ട്.

ദൂരദർശനിൽ വാർത്ത അവതാരകയായിരുന്നു. കൈരളി, ജയ്ഹിന്ദ്, ഓൾ ഇന്ത്യ റേഡിയോ, അന്താരാഷ്ട്ര തിയേറ്റർ ഫിലിം ഫെസ്റ്റിവൽ എന്നിവിടങ്ങളിൽ അവതാരികയായും മീഡിയാ സ്റ്റാഫായും പ്രവർത്തിച്ചിട്ടുണ്ട്. *ജനയുഗം* പത്രത്തിൽ ഫ്രീലാന്റ്സ് പത്രപ്രവർത്തകയായിരുന്നു. ആനുകാലികങ്ങളിൽ നിരവധി ലേഖനങ്ങൾ പ്രസിദ്ധീകരിച്ചിട്ടുണ്ട്.

ജി സി സി റേഡിയോ നാടകത്തിൽ മികച്ച നടിക്കുള്ള അവാർഡ്, പി ജെ ആന്റണി സ്മാരക (പാർട്ട് ഒ എൻ ഒ) ഷോർട്ട് ഫിലിം സ്പെഷ്യൽ ജൂറി അവാർഡ് എന്നിവ ലഭിച്ചു.

ഭർത്താവ് : പ്രദീപ് നായർ
മകൾ : പ്രവാഹി പ്രദീപ്
വിലാസം : സിജി ഭവൻ
ഇ കെ ആർ എ 103
ഏണിക്കര, കരകുളം പി ഒ,
തിരുവനന്തപുരം 695 564
ഫോൺ : 8129797925

ഉള്ളടക്കം

പ്രസാധകക്കുറിപ്പ്

സ്ത്രീപക്ഷ നാടകങ്ങൾ മലയാള നാടകവേദിക്ക് ഒരു ദൃശ്യാനുഭവം പകർന്നു നല്കിയിട്ടുണ്ട്. കഴിഞ്ഞ അരനൂറ്റാണ്ടുകാലംകൊണ്ട് സ്ത്രീപക്ഷ നാടകവേദിക്കുണ്ടായ വളർച്ച അഭിനന്ദനാർഹം തന്നെ എങ്കിലും ഇന്നും ഈ മേഖലയെ സംബന്ധിച്ച് കാര്യമായ പഠനങ്ങൾ വേണ്ടുംവണ്ണം നടന്നിട്ടില്ല. ഈ രംഗത്തെ അഭിനന്ദനാർഹമായ ഒരു കാൽവെപ്പാണ് സിജി പ്രദീപിന്റെ *മലയാള സ്ത്രീപക്ഷ നാടകവേദി ചരിത്രവും യാഥാർത്ഥ്യവും ഒരന്വേഷണം.*

ഉപസംഹാരം ഒഴികെ എട്ട് അദ്ധ്യായങ്ങളായി സിജി പ്രദീപ് സ്ത്രീപക്ഷ പ്രസ്ഥാനത്തിന്റെ ചരിത്രവും രാഷ്ട്രീയവും അന്വേഷിക്കുന്നു. ഇതിലൂടെ അരങ്ങിലും അണിയറയിലുമെത്തി നാടകരചനയിലും അവതരണത്തിലും സജീവമായി പ്രവർത്തിച്ച നാടക പ്രവർത്തകരെയും അഭിനേത്രികളെയും അടയാളപ്പെടുത്തുന്നതിന് ഈ ഗ്രന്ഥം ഒരു വലിയ സംഭാവനയാണ്. നാടക കലാരംഗത്തെ സ്ത്രീയുടെ ഇടത്തെയും സ്ത്രീസ്വത്വത്തെയും വെളിപ്പെടുത്തുന്ന പഠനങ്ങൾ ഇനിയും വരേണ്ടിയിരിക്കുന്നു. ഈ രംഗത്തെ ഒരു മുൻനിര സംഭാവനയാണ് സിജി പ്രദീപ് രചിച്ച ഈ ഗ്രന്ഥം. കൂടുതൽ പഠനം ഈ രംഗത്തുണ്ടാക്കുന്നതിന് ഈ ലഘു ഗ്രന്ഥം സഹായകമാവും എന്ന പ്രതീക്ഷയോടെ ഞങ്ങൾ ഈ പഠനം അവതരിപ്പിക്കുകയാണ്–സ്വീകരിച്ചാലും.

ചിന്ത പബ്ലിഷേഴ്സ്

ആമുഖം

പരിവർത്തനങ്ങളുടെയും പരീക്ഷണങ്ങളുടെയും കഥ പറയുന്ന മലയാളനാടകവേദിക്ക് കാഴ്ചയുടെ പുതിയൊരനുഭവം പകരാൻ സ്ത്രീ പക്ഷനാടകവേദിക്ക് കഴിഞ്ഞതായി നിരൂപകർ സമ്മതിക്കുന്നു. 1948 ൽ അരങ്ങേറിയ *തൊഴിൽകേന്ദ്രത്തിലേക്ക്* എന്ന നാടകത്തിൽനിന്ന് അമ്പ തുവർഷങ്ങൾ പിന്നിടുമ്പോൾ സ്ത്രീപക്ഷനാടകവേദി അതിന്റെ അര ങ്ങിലും അണിയറയിലും പുതിയൊരു ദൃശ്യാനുഭവംതന്നെ ഒരുക്കിയെ ടുത്തു. അടുക്കളയിൽനിന്ന് അരങ്ങിലെത്താൻ മടിച്ചുനിന്ന സ്ത്രീത്വം അരങ്ങുവാണരുളുന്നത് ആധുനികലോകത്തിന് പുതിയൊരനുഭവമായി ത്തീർന്നു. എങ്കിലും ഇന്നും കാര്യമായ പഠനങ്ങൾ നടക്കാത്ത ഒരു മേഖ ലയാണ് സ്ത്രീനാടകവേദി.

സാഹിത്യത്തിലും കലാരൂപങ്ങളിലും എന്നും സ്ത്രീ ഉണ്ടായിരുന്നു എങ്കിലും അരങ്ങിലെ സ്ത്രീയുടെ പ്രാതിനിധ്യം അഭിനയത്തിൽമാത്രം ഒതുങ്ങിനില്ക്കുന്നതായിട്ടാണ് നാടകസാഹിത്യ ചരിത്രങ്ങളും ഗ്രന്ഥ ങ്ങളും വിലയിരുത്തുന്നത്. ഒരു പരിധിവരെ അതിനെ അംഗീകരിക്കേണ്ടി വരുമ്പോഴും അഭിനയത്തിനപ്പുറം അരങ്ങിനു പിന്നിലും മുന്നിലും നില യുറപ്പിച്ച സ്ത്രീയെ കാണാതെ പോകുന്നതിന് സാധൂകരണങ്ങളില്ല. അര ങ്ങിലെ നടനെയും നടന്റെ ശരീരഭാഷയെയും സംവിധായക ധർമ്മ ത്തെയും ഒക്കെ കാണാം. എന്നാൽ, അരങ്ങിലെ നടിയുടെ ശരീരഭാഷയും സാങ്കേതികരംഗങ്ങളിലെ മുന്നേറ്റത്തെയുംകുറിച്ച് കേവല പരാമർശ ങ്ങൾക്കപ്പുറം പഠനങ്ങളില്ല. ഉള്ളവ തന്നെ ഊരും പേരും വെളിപ്പെടുത്തി കുശലാന്വേഷണത്തിൽ ഒതുങ്ങിക്കൂടുന്നു(പലപ്പോഴും പേരുകളും നാട കങ്ങളും തെറ്റായി പകർത്തുന്നു.)

കാലഘട്ടത്തിന്റെ മാറ്റം സമൂഹത്തിലും സമൂഹത്തിലെ മാറ്റം

അതാത് കാലത്തെ കലയിലും പ്രതിഫലിക്കും. ദൃശ്യാനുഭവത്തിന്റെ പുത്തൻ സാദ്ധ്യതകളെ അനുഭവവേദ്യമാക്കി തീർത്ത നാടകകലയിൽ ആശയപ്രചരണോപാധിയായും മാനസികോല്ലാസപ്രദമായും അനുഷ്ഠാനപരമായും കാലാകാലങ്ങളിൽ നാടകം അരങ്ങേറിയിരുന്നു. അതുകൊണ്ടുതന്നെ സാഹിത്യത്തിൽനിന്ന് സ്വന്തം അനുഭവങ്ങളുടെ ദൃശ്യാവിഷ്കരണ പ്രതികരണങ്ങളുമായി സ്ത്രീകൾ അരങ്ങിലേക്ക് കടന്നെത്തി. അനുഭവസ്ഥന്റെ യാഥാർത്ഥ്യത്തേക്കാൾ ഒരുപടി പിന്നിലായിരിക്കും അത് പകർത്തുന്നവന്റെ വൈകാരികതീവ്രത. അതിനാൽ പെണ്ണ് തന്നെ പെണ്ണരങ്ങ് സൃഷ്ടിച്ചപ്പോൾ അതിന് പുതിയ രംഗഭാഷയും രൂപവും കൈവന്നു.

(ഉദാ: ആധുനിക സ്ത്രീപക്ഷനാടകങ്ങൾ–അഭിനേത്രിയുടെ *ചിറകടിയൊച്ചകൾ, മത്സ്യഗന്ധി, സൂപ്പർമാർക്കറ്റ്, ഓരോരോ കാലത്തിലും, ലേബർ റൂം, കല്യാണസാരി* (ശ്രീജയുടെ നാടകങ്ങൾ).

ലോകനാടകചരിത്രത്തിൽ സ്ത്രീക്ക് കൃത്യമായ ഇടം അവകാശപ്പെടാനുണ്ട്. എന്നാൽ, ഇന്ത്യയിലും സർവ്വോപരി കേരളത്തിലും അരങ്ങിലെത്തുമ്പോൾ അതിന് എന്ത് സംഭവിക്കുന്നു എന്നു പറയേണ്ടതില്ല. നമ്മുടെ നാടകപാരമ്പര്യം തുടങ്ങുന്നതുതന്നെ സംസ്കൃതനാടകങ്ങളിൽനിന്നാണ്. സംഗീതനാടകങ്ങളുടെ സ്വാധീനം അതിൽ പ്രധാനം. അനുഷ്ഠാനങ്ങളുടെ ആവരണത്തിൽ പൊതിഞ്ഞ അരങ്ങുകൾ പൊതുജനത്തിനുപോലും അപ്രാപ്യമായിരുന്നു. ഇത്തരമൊരു സാഹചര്യത്തിൽനിന്നാണ് യോഗക്ഷേമ നാടകത്രയവും അന്തർജ്ജനസമാജവും അരങ്ങിലെത്തുന്നത്. മാറിയ കാലഘട്ടത്തിൽ സ്ത്രീപക്ഷനാടകവേദി അതിന്റെ പ്രാധാന്യത്തെ എത്രമാത്രം ശക്തിപ്പെടുത്തിയിരിക്കുന്നു എന്നതിന് തെളിവാണ് ഇന്ന് സ്ത്രീപക്ഷനാടകവേദിയെക്കുറിച്ചും നാടകപ്രവർത്തകരെക്കുറിച്ചും ഉണ്ടായിക്കൊണ്ടിരിക്കുന്ന പഠനങ്ങൾ. കേരളത്തിൽ സ്ത്രീപക്ഷനാടകവേദിക്ക് ശക്തമായ മുന്നേറ്റം ഉണ്ടാകുന്നത് വനിതാസംഘടനയുടെ ഭാഗമായിട്ടാണ്. അതിൽ പലതിനും രാഷ്ട്രീയ പിന്തുടർച്ച അവകാശപ്പെടാവുന്നതാണ്. (ഉദാ: കെ പി എ സി, വനിതാ സാഹിതി, ശാസ്ത്രസാഹിത്യപരിഷത്ത് സ്ത്രീവിഭാഗം, സമത, മാനുഷി) സമൂഹത്തിന്റെ ശ്രദ്ധയെ ആകർഷിക്കാനും തങ്ങൾക്ക് പറയാനുള്ളത് പറയാനും സാധാരണ ജനത്തിന് നീതിബോധം സൃഷ്ടിക്കാനും ഇത്തരം സംഘങ്ങൾ ഏറ്റവും ശക്തമായ മാധ്യമമായി നാടകത്തെ തെരഞ്ഞെടുത്തു. നിരക്ഷരനും സാക്ഷരനും ഒരുപോലെ കണ്ടാസ്വദിക്കാനും ചിന്തിക്കാനും അരങ്ങിന്റെ ദൃശ്യപരതയിൽ സാദ്ധ്യതകളേറെ. അതിനാൽ വനിതാസംഘങ്ങൾ തെരുവ് നാടകങ്ങൾ അവതരിപ്പിച്ചു തുടങ്ങി. ഗാർഹികവും സാമൂഹികവുമായ അന്തരീക്ഷത്തിൽ സ്ത്രീകളനുഭവിക്കുന്ന ദുരിതങ്ങളായിരുന്നു ഇത്തരം അവതരണങ്ങളുടെ പ്രധാന പ്രമേയം.

തൊഴിൽ കേന്ദ്രത്തിലേക്ക് എന്ന ദേവകി നരിക്കാട്ടിരിയുടെ ആദ്യ സ്ത്രീപക്ഷനാടകംതന്നെ ഇത്തരത്തിൽ സാമൂഹികവും ഗാർഹികവു

മായ അന്നത്തെ സ്ത്രീയുടെ അവസ്ഥയെ ചൂണ്ടിക്കാണിച്ചുകൊണ്ട് അവളെ തൊഴിൽ കേന്ദ്രത്തിലേക്ക് ആനയിക്കുന്നവയായിരുന്നു. എന്നാൽ, മലയാള നാടകചരിത്രം പരിശോധിക്കുമ്പോൾ പൂർവ്വദശകളിൽ മാത്രമല്ല വികാസ പരിണാമദശകളിൽ ഒരിടത്തും വനിതകൾ തങ്ങളുടെ ആധിപത്യം സ്ഥാപിച്ചില്ല. മറ്റു സാഹിത്യശാഖകളെ അപേക്ഷിച്ച് നാടകസാഹിത്യത്തിലും സ്ത്രീവേഷങ്ങൾ അവതരിപ്പിച്ചിരുന്നത് പുരുഷന്മാർതന്നെ. എന്നാൽ, സംഗീതനാടകസംഘങ്ങളുടെ വരവ് ഇതിനൊരു മാറ്റമുണ്ടാക്കി. മലയാളത്തിന്റെ അരങ്ങിൽ സ്ത്രീകഥാപാത്രത്തെ എത്തിക്കാൻ താല്പര്യം കാണിച്ചതിൽ ചിത്തിരതിരുനാൾ ലൈബ്രറിക്കും മഹാരാജാവിനും കുടുംബത്തിനും കാര്യമായ പങ്കുണ്ട്. തിരുനാളാഘോഷത്തിന് നാടകം കണ്ട രാജാവും കുടുംബവും സ്ത്രീ കഥാപാത്രത്തെ സ്ത്രീ തന്നെ അവതരിപ്പിച്ചാൽ നന്നായിരിക്കുമെന്ന് അഭിപ്രായപ്പെട്ടു. പിറ്റേവർഷംതന്നെ അത് സംഭവിക്കുകയും ചെയ്തു. അന്ന ചാണ്ടി സ്ത്രീ കഥാപാത്രത്തെ അവതരിപ്പിച്ചുകൊണ്ട് നാടകം അരങ്ങേറി. രാജാവ് അതിന് അനുമോദനങ്ങളും അർപ്പിച്ചു. അതോടെ നാടകക്കാരിയാകുന്നത് കുറച്ചിലാണെന്ന ഭാവത്തിന് ചെറിയൊരു ആശ്വാസം കൈവന്നു. ഇങ്ങനെ 1948 ൽ *തൊഴിൽകേന്ദ്രത്തിലേക്ക്* എന്ന നാടകത്തിൽ തുടങ്ങി അൻപതിൽപ്പരം വർഷം പിന്നിടുന്ന മലയാള സ്ത്രീപക്ഷ നാടകവേദിയെക്കുറിച്ച് നിലവിലുള്ള പഠനങ്ങൾ തുലോം തുച്ഛമാണ്. നാടകസാഹിത്യചരിത്രങ്ങൾപോലും അടയാളപ്പെടുത്താൻ മറന്ന മലയാള നാടകവേദിയിലെ സ്ത്രീയുടെ ചരിത്രം അടയാളപ്പെടുത്താനും ഓർത്തെടുക്കാനും ഒടുവിൽ ഒരു നാടകപ്രവർത്തക തന്നെ മുന്നോട്ടു വന്നു എന്നതും ഈ രംഗത്ത് സ്ത്രീകൾ നേരിടുന്ന വെല്ലുവിളികളെ വ്യക്തമാക്കുന്നു.

സമർപ്പണം

അരങ്ങിലെ ആദ്യഗുരു പ്രൊഫ. രാമാനുജം സാർ; മൺമറഞ്ഞുപോയ ആ അതുല്യ പ്രതിഭയുടെ ഓർമ്മയ്ക്കു മുന്നിലും ഇങ്ങനെയൊരു പുസ്തക രചനയ്ക്കു പ്രേരണ നല്കിയ പ്രദീപിനും വായനയുടെയും എഴുത്തിന്റെയും വഴിയിൽ മാർഗ്ഗദീപങ്ങളായ ഡോ. പി എസ് രാധാകൃഷ്ണനും, ഡോ. പ്രിയ നായർക്കുമായി ഞാൻ ഈ പുസ്തകം സമർപ്പിക്കുന്നു.

നന്ദി

അരങ്ങിന്റെ അത്ഭുതലോകത്തേക്ക് ഒരിക്കലും പ്രതീക്ഷിക്കാതെയാണ് എത്തിയത്. അന്ന് മുതൽ ഇന്നോളം ഈ രംഗകലയുടെ ഭാഗമായി നില്ക്കാൻ കഴിഞ്ഞതാണ് ഇങ്ങനെയൊരു പുസ്തകരചനയ്ക്ക് എന്നെ പ്രാപ്തയാക്കിയത്. അതുകൊണ്ടുതന്നെ ആദ്യം നന്ദി പറയേണ്ടത് അഭിനയനാടക പഠനകേന്ദ്രത്തിൽ പ്രൊഫ. ശ്രീരാമാനുജം സാറിന്റെ കറുത്തദൈവത്തെത്തേടിയെന്ന രംഗാവതരണത്തിൽ എന്നെ എത്തിച്ച സ്നേഹിതരായ സ്മിതയ്ക്കും ബന്ധു പ്രസാദിനുമാണ്. അഭിനയനാടക പഠനകേന്ദ്രത്തിലേയും നിരീക്ഷ നാടകവേദിയിലേയും അനുഭവങ്ങളാണ് നാടകത്തെ ഗൗരവമായി കാണാൻ പ്രോത്സാഹനം നല്കിയത്. ആദ്യ രംഗാവതരണം കഴിഞ്ഞ് നാടകത്തിൽ തുടരണോ വേണ്ടയോ എന്ന് കുട്ടിക്ക് തീരുമാനിക്കാം. എന്റെ അഭിപ്രായത്തിൽ സിജിക്ക് ഈ മേഖല ഇണങ്ങും എന്ന് പറഞ്ഞ് പ്രോത്സാഹനം തന്ന രഘുചേട്ടനെ നന്ദിപൂർവ്വം സ്മരിക്കുന്നു. അഭിനയത്തിന്റെയും എഴുത്തിന്റെയും വഴിയിൽ എനിക്ക് എന്നും പ്രോത്സാഹനം നല്കുന്ന പ്രദീപിനോടുള്ള നന്ദി അറിയിക്കുവാൻ വാക്കുകൾ അപര്യാപ്തമാണ്. അഭിനയത്തിൽ എന്നപോലെ എഴുത്തിൽ വഴികാട്ടികളായ ഡോ. പി എസ് രാധാകൃഷ്ണൻ, ഡോ. പ്രിയ നായർ എന്നിവരേയും നാടകരംഗത്തെ എന്റെ എല്ലാ സുഹൃത്തുക്കളേയും ഈയവസരത്തിൽ നന്ദിപൂർവ്വം ഓർക്കുന്നു. ഈ പുസ്തകം പ്രസിദ്ധീകരിക്കാൻ മുൻകൈയെടുത്ത ചിന്ത പബ്ലിഷേഴ്സിനോടുള്ള എൻെറ കടപ്പാട് രേഖപ്പെടുത്തുന്നു.

ഏവർക്കും നന്ദി

1

മലയാളനാടകത്തിലെ സ്ത്രീ

നോവലോ ചെറുകഥയോ കവിതയോ പോലെ ഏകാന്തനിമിഷങ്ങളുടെ സാക്ഷാത്ക്കാരം മാത്രമല്ല, വളരെയധികം സങ്കീർണ്ണമായ ഘടനയുള്ളതും നിരവധി ഘടകങ്ങൾ ഉൾച്ചേർന്നതുമാണ് നാടകം. ഒട്ടേറെ വ്യക്തികളുടെ കൂട്ടായ്മയും അധികാരത്തിന്റെ പ്രയോഗവുമുണ്ട് നാടകത്തിൽ. സാഹിത്യത്തേക്കാൾ കാര്യക്ഷമമായി ജനമനസ്സിനെ വശീകരിക്കാനും ചിരിപ്പിക്കാനും ചിന്തിപ്പിക്കാനും നാടകത്തിന് കഴിയുന്നത് അത് ദൃശ്യപ്രധാനമായതുകൊണ്ടാണ്. കാഴ്ചയും കേൾവിയും ഒരേ സമയയത്ത് സാദ്ധ്യമാക്കിക്കൊണ്ട് അനുഭവബോധം ഉണ്ടാക്കാൻ നാടകത്തിനു കഴിയുന്നു. സിനിമയുടെ സാങ്കേതിക തന്ത്രങ്ങൾ നാടകത്തിനില്ല. അത് പ്രേക്ഷകനു മുന്നിൽ ഓരോ നിമിഷവും അനുഭവവേദ്യമാണ്. നാടകത്തെ ആശയപ്രചരണോപാധിയായി ഉപയോഗിച്ചുപോന്നതും അതുകൊണ്ടാണ്.

ഓരോ കാലത്തെയും പ്രധാന നാടകങ്ങളുടെ സൂക്ഷ്മാപഗ്രഥനം നടത്തിയാൽ വ്യക്തിയെയും സമൂഹത്തെയും സംബന്ധിച്ച വ്യവസ്ഥാപിത മൂല്യങ്ങളും സമൂഹത്തിന്റെ നീതിബോധങ്ങളും കലഹങ്ങളും നമുക്ക് തിരിച്ചറിയാൻ കഴിയും. നാടകാവിഷ്കരണത്തിൽ കാണുന്ന ജീവിതം എഴുത്തുകാരന്റെ മാത്രമല്ല ആ വ്യക്തിയെ കരുപ്പിടിപ്പിക്കുന്ന സാമൂഹിക–സാംസ്കാരികാവസ്ഥകളും അതിൽ നിർണ്ണായകമാണ്. നാടകകൃതിയിൽ ദൃശ്യമാകുന്ന ലോകം എഴുത്തുകാരനെ സൃഷ്ടിച്ച ലോകം കൂടിയാണ്. ആ ലോകത്തിന്റെ പ്രതിച്ഛായകൂടി നാടകത്തിൽ അന്തർലീനമായിരിക്കും. അതിനാൽ കഥാപാത്രങ്ങൾ എഴുത്തുകാരന്റെ മാത്രമല്ല എഴുത്തുകാരൻ ജീവിക്കുന്ന ലോകത്തിന്റെ വാക്കുകൾകൂടിയാണ് പറയുന്നത്. നോവലും കവിതയുമൊക്കെ രചന കഴിയുന്നതോടെ ആസ്വാദനത്തിന് സജ്ജമാകുന്നു. എന്നാൽ നാടകം, സംവിധാനം, രംഗക്രമീകരണം,

അഭിനയം, അഭിനേതാക്കൾ, ലൈറ്റിങ്, പശ്ചാത്തലസംഗീതം എന്നിവ കൂടി ഉണ്ടെങ്കിലേ ആസ്വാദനയോഗ്യമാകൂ. ഒന്നിലേറെ ആവിഷ്കാരങ്ങളുടെ സമന്വയമായാണ് നാടകം പ്രേക്ഷകരുടെ മുന്നിലെത്തുന്നത്. അതിനാൽ നാടകം ബഹുകർത്തൃത്വത്തിന്റെ സങ്കീർണ്ണതയാണ്. പുരുഷകേന്ദ്രിതമായ കർത്തൃത്വമായതിനാൽ (രചനയും സംവിധാനവും) നാടകങ്ങളിൽ സ്ത്രീ കഥാപാത്രം മാത്രമായിരുന്നു ആദ്യകാലത്ത്. അതുകൊണ്ട് മലയാളനാടകസാഹിത്യത്തിൽ പെണ്ണെഴുത്തിന് പ്രത്യേകസ്ഥാനമുണ്ട്. മലയാളത്തിലെ പെണ്ണെഴുത്തിന്റെ ചരിത്രം വളരെ ദൈർഘ്യമുള്ളതല്ല. കവിതയിലും, ചെറുകഥയിലും നോവൽ സാഹിത്യത്തിലും കാണുന്ന സ്ത്രീ കർത്തൃത്വം നാടകസാഹിത്യത്തിൽ വളരെ കുറവാണ്. അതുകൊണ്ടു തന്നെ അതേക്കുറിച്ചുള്ള അന്വേഷണം ശ്രദ്ധേയവും പഠനാർഹവുമാണ്.

മലയാള നാടക സാഹിത്യത്തിലെ സ്ത്രീരചനകൾ

1882 ൽ കേരളവർമ്മ വലിയകോയിത്തമ്പുരാൻ കാളിദാസന്റെ *അഭിജ്ഞാനശാകുന്തളം* പരിഭാഷപ്പെടുത്തി പ്രസിദ്ധീകരിച്ചതോടെ ആരംഭിച്ചതായി കരുതാവുന്ന മലയാള നാടകസാഹിത്യ ചരിത്രത്തിൽ (കേശവൻ വൈദ്യർ വെളുത്തേരിയാണ് ആദ്യമായി *ശാകുന്തളം* പരിഭാഷ നിർവ്വഹിച്ചതെന്നൊരപവാദം നിലനില്ക്കുന്നു.) ഒരു സ്ത്രീ രംഗത്തേക്ക് വരുന്നത് ഏകദേശം എട്ടുവർഷങ്ങൾക്കു ശേഷമാണ്. എന്നാൽ, നാടകസാഹിത്യത്തിന്റെ ആരംഭത്തോടെ നാടകങ്ങൾ എഴുതാൻ സ്ത്രീകൾ തയ്യാറായി. ആദ്യകാലത്ത് സ്ത്രീകൾ എഴുതിയിരുന്ന നാടകങ്ങൾ പൊതുവേ രംഗാവതരണം ലക്ഷ്യമാക്കിയായിരുന്നില്ല എന്നുവേണം മനസ്സിലാക്കാൻ. അവതരണത്തേക്കാൾ വായനാ സുഖത്തിന് പ്രാധാന്യം നല്കിയവയായിരുന്നു അധികവുമെന്ന് പഠനങ്ങൾ പറയുന്നു. അരങ്ങിന്റെ സാങ്കേതികത നേരിൽ കാണാനോ പരിചയിക്കാനോ മാർഗ്ഗങ്ങൾ ലഭ്യമാകാതിരുന്നതാകാം അതിന് കാരണം. അതുകൊണ്ട്, ആദ്യകാല സ്ത്രീരചനകൾ സാഹിത്യഭംഗിയിൽ ഒതുങ്ങിനിന്നു എന്ന് വിശ്വസിക്കേണ്ടി വരുന്നു. മാത്രമല്ല ആദ്യകാല സ്ത്രീസ്വത്വം നാടകങ്ങളിൽ നിർണ്ണയിക്കപ്പെട്ടിരുന്നത് പുരുഷമൂല്യാധിഷ്ഠിതമായാണ്. സ്ത്രീപ്രശ്നങ്ങൾ കൈകാര്യം ചെയ്യുന്നത് സ്ത്രീനാടകവേദികൾ തന്നെയാകണം എന്ന ചിന്തയാണ് നാടകസാഹിത്യത്തിലെ പെണ്ണെഴുത്തിന് തുടക്കം കുറിച്ചത്. ഇവിടെ നിലനില്ക്കുന്ന ഒരു പ്രശ്നം പെണ്ണെഴുത്തിന്റെ പരിധി നാടകസാഹിത്യത്തിൽ എങ്ങനെ നിർണ്ണയിക്കപ്പെടുന്നു എന്നുള്ളതാണ്. സ്ത്രീകളുടെ കർത്തൃത്വത്തിൽ വരുന്നത് മാത്രമാണോ പെണ്ണെഴുത്തിന്റെ പരിധിയിൽ വരിക? പുരുഷന്മാരുടെ രചനകൾ സ്ത്രീവാദപരമാകാറുണ്ടെങ്കിലും അവയ്ക്കുള്ളിൽ പുരുഷമൂല്യങ്ങളുടെയും വീക്ഷണങ്ങളുടെയും ആഖ്യാനങ്ങൾ ഉണ്ട്. ഇവിടെ സ്ത്രീ ചിത്തം പുരുഷന് അപ്രാപ്യമല്ലെന്നും അവളുടെ വ്യക്തിത്വം പുരുഷന് സൃഷ്ടിക്കാവുന്നതേയുള്ളു എന്നും വരുന്നു. എന്നാൽ, പുരുഷൻ നിർമ്മിക്കുന്ന സ്വാതന്ത്ര്യത്തിന്റെയും വ്യക്തിത്വ

ത്തിന്റെയും ഉള്ളിൽ ആണ് സ്ത്രീയെന്നത് തെറ്റായ വായനയാണ്. പെണ്ണെഴുത്തിന്റെ നിയതമായ അർത്ഥത്തിനുള്ളിൽ അത്തരം രചനകൾ ഉൾപ്പെടുന്നില്ല. ഇങ്ങനെ ചിന്തിക്കുമ്പോഴാണ് ആദ്യ സ്ത്രീപക്ഷനാടകമെന്ന് നമ്പൂതിരിത്രയത്തെ അംഗീകരിക്കാൻ കഴിയാതെ വരുന്നത്. വി ടിയുടെ *അടുക്കളയിൽനിന്ന് അരങ്ങത്തേക്ക്,* എം ആർ ബിയുടെ *മറക്കുടയ്ക്കുള്ളിലെ മഹാനരകം*, എം പി ഭട്ടതിരിപ്പാടിന്റെ (പ്രേംജി) *ഋതുമതി* എന്നിവ. ഇതിൽ പ്രമേയത്തിൽ പ്രത്യേകിച്ച് *അടുക്കളയിൽനിന്ന് അരങ്ങത്തേക്ക്* എന്ന നാടകം പുനർ വായിക്കുമ്പോൾ സ്ത്രീപ്രശ്നമാണോ (നമ്പൂതിരിസമുദായത്തിലെ സ്ത്രീകളുടെ ദുരിതം) അതോ പുരുഷപ്രശ്നമാണോ (അപ്ഫൻമാർക്ക് വേളി കഴിക്കാൻ ആത്തേമ്മാരെ ലഭിക്കുന്നില്ല അല്ലെങ്കിൽ ഇല്ലത്തെ മൂത്തയാൾക്കു മാത്രം സ്വജാതിയിൽനിന്ന് വേളിയെന്നുള്ള പ്രശ്നം) കൈകാര്യം ചെയ്യുന്നത് എന്ന് ആലോചിക്കണം. അപ്ഫന്റെ പ്രതിഷേധത്തിനാണ് മുൻതൂക്കം. അതുകൊണ്ടാണ് കഥാനായികയായ തേതി തന്റെ ജീവിതത്തിന്റെ നിർണ്ണായക ഘട്ടങ്ങളിലൊക്കെ നിശ്ശബ്ദത പാലിക്കുന്നത്. ഇവിടെ, ഞങ്ങൾ നിങ്ങളുടെ സ്വാതന്ത്ര്യത്തെ നിശ്ചയിക്കും എന്ന എഴുത്ത് സങ്കല്പത്തെ പെണ്ണെഴുത്ത് മറികടക്കുന്നു. 1882 ലെ ശാകുന്തളം മലയാള പരിഭാഷയ്ക്ക് ശേഷം, 1890 ൽ –കൃത്യം എട്ടുവർഷത്തിനുശേഷം–ഒരു സ്ത്രീ, മലയാളസാഹിത്യത്തിൽ സ്വതന്ത്രമായ രചനയിലൂടെ കടന്നുവരുന്നു. തന്റെ *അജ്ഞാതവാസം* എന്ന നാടകത്തിലൂടെ കുട്ടിക്കുഞ്ഞ് തങ്കച്ചിയാണ് മലയാളനാടകസാഹിത്യത്തിൽ സ്ത്രീശബ്ദം കേൾപ്പിച്ചത്. *അജ്ഞാതവാസം* അരങ്ങിന് അജ്ഞാതമായിത്തന്നെയിരുന്നു എന്നത് യാഥാർത്ഥ്യം.

കുട്ടിക്കുഞ്ഞ് തങ്കച്ചിക്ക് ശേഷം 1691 ൽ തോട്ടയ്ക്കാട് ഇക്കാവമ്മ എഴുതിയ *സുഭദ്രാർജ്ജുനം* (*സുഭദ്രാധനഞ്ജയം* എന്നും കാണുന്നു) എന്ന നാടകമാണ് സ്ത്രീനാടകരചനയിൽ രണ്ടാമത്തേത്. സുഭദ്രയും അർജ്ജുനനും തമ്മിലുള്ള പ്രണയവും അതിന്റെ പരിസമാപ്തിയുമാണ് ഇതിവൃത്തം. ഒരു സ്ത്രീ ഉണ്ടാക്കിയത് എന്ന വിശേഷണം കൂടാതെ തന്നെ *സുഭദ്രാർജ്ജുനം* പലരുടെയും പ്രശംസയ്ക്ക് കാരണമായി. കേരളവർമ്മ, ഒ ചന്തുമേനോൻ, സി പി അച്യുതമേനോൻ തുടങ്ങിയ പണ്ഡിതന്മാരും അതംഗീകരിക്കുകയും ചെയ്തിരുന്നു. യോഗക്ഷേമനാടകങ്ങളിൽനിന്ന് ഊർജ്ജം ഉൾക്കൊണ്ട് നിർമ്മിക്കപ്പെട്ട *തൊഴിൽ കേന്ദ്രത്തിലേക്ക്* ഇക്കൂട്ടത്തിൽ അരങ്ങ് കണ്ട നാടകമെന്ന നിലയിലും അക്കാലത്തെ സാമൂഹ്യ പ്രസക്തമായ ഇതിവൃത്തം കൈകാര്യം ചെയ്തു എന്നതിലും ശ്രദ്ധേയമാണ്. ഒരുകൂട്ടം അന്തർജ്ജനങ്ങളുടെ കൂട്ടായ്മയാണ് *തൊഴിൽ കേന്ദ്രത്തിലേക്ക്* എന്ന നാടകത്തിന് പിന്നിൽ പ്രവർത്തിച്ചതെന്നും അല്ല ദേവകിനരിക്കാട്ടിരിയുടെ രചനയാണ് അതെന്നും തർക്കം നിലനില്ക്കുന്നു.

*അജ്ഞാതവാസ*ത്തിനും *സുഭദ്രാർജ്ജുന*ത്തിനും ശേഷം അടുത്തത് 1935 ൽ പുറത്തുവന്ന ലളിതാംബിക അന്തർജ്ജനത്തിന്റെ *സാവിത്രി അഥവാ വിധവാ വിവാഹമായിരുന്നു*. ഇതോടെ സ്ത്രീകൾ നാടകരചന

യിൽ വിഷയസ്വീകരണത്തിൽ ശ്രദ്ധിക്കാനും സാധാരണ മനുഷ്യരുടെ പ്രശ്നങ്ങളിലേക്ക് കടക്കാനും തുടങ്ങി. *സാവിത്രി* അരങ്ങ് കണ്ടു എങ്കിലും അച്ചടിക്കപ്പെട്ടില്ല. (പിന്നെ വളരെ വൈകി ഡോ. ആർ ബി രാജലക്ഷ്മി അത് കണ്ടെടുത്ത് പ്രസിദ്ധപ്പെടുത്തുകയായിരുന്നു. ഇത് നാടകസാഹിത്യരചനയിലെ വേറിട്ടൊരു അനുഭവമാണ്. അക്ഷരങ്ങളിൽ ഒതുങ്ങിനിന്ന അക്കാലത്തെ സ്ത്രീനാടകങ്ങളിൽനിന്ന് *സാവിത്രി* വ്യത്യസ്തമായതും അതുകൊണ്ടാണ്. നമ്പൂതിരി നാടകത്രയങ്ങളുടെ നിരയിൽ ഇതിനും സ്ഥാനമുണ്ട്. നാടകത്രയത്തിനപ്പുറത്ത് ഭർത്തൃമരണത്തോടെ നിത്യ വൈധവ്യത്തിലേക്കും ഇരുളിലേക്കും വലിച്ചെറിയപ്പെടുന്ന നമ്പൂതിരി ബാലികമാരുടെ ദുരിതത്തിന് പരിഹാരമായി വിധവാവിവാഹം വേണമെന്ന ആശയം നാടകവല്ക്കരിക്കാൻ കഴിഞ്ഞതാണ് സാവിത്രിയുടെ പ്രത്യേകത. അതും ഒരു നമ്പൂതിരി സ്ത്രീതന്നെ ഇത് പറയുന്നു എന്നത് അതിനേക്കാൾ ചിന്തനീയവും പ്രശംസാർഹവുമാണ്.

വിവാഹം കഴിഞ്ഞ് രണ്ടുനാൾക്കകം വൃദ്ധഭർത്താവ് മരിച്ച സാവിത്രിയെ ബാല്യകാല തോഴനും സാമൂഹിക പ്രവർത്തകനുമായ നാരായണൻ വിവാഹം കഴിക്കുന്നു. സാവിത്രിയും ദേവകിയുമാണിതിലെ മുഖ്യ കഥാപാത്രങ്ങൾ. ലോകമറിയാത്ത സാവിത്രിക്ക് വിലക്കുകളെ പറിച്ചെറിയാനുള്ള ശക്തി നല്കുന്നത് മറക്കുട ഉപേക്ഷിച്ച് സ്വതന്ത്രമായി സഞ്ചരിക്കുന്ന സാവിത്രിയുടെ ജ്യേഷ്ഠത്തി ദേവകിയാണ്. താൻ ജീവിക്കുന്ന കാലത്തെയും തന്റെ സമുദായത്തെയും ഉൾക്കൊള്ളാനും മാറ്റങ്ങൾക്കുവേണ്ടി നിലകൊള്ളാനും അന്തർജ്ജനത്തിന് കഴിഞ്ഞിട്ടുണ്ട്. അതുകൂടാതെ കാലികപ്രസക്തമായ പ്രശ്നത്തെ നാടകത്തിലൂടെ അവതരിപ്പിക്കാൻ ശ്രമിച്ചു എന്നതും ക്രിയാത്മകമായി അവയോട് പ്രതികരിക്കാൻ തീരുമാനിച്ചു എന്നതും ശ്രദ്ധേയം.

സ്ത്രീനാടക രചനയിൽ അടുത്തത് 1941 ൽ പ്രസിദ്ധീകരിച്ച മുതുകുളം പാർവ്വതി അമ്മയുടെ *ഭുവനദീപിക*യാണ്. മുഗൾ ചക്രവർത്തിനി ആയിരുന്ന ജഹാംഗീറിന്റെ പ്രണയത്തെ മുൻനിർത്തി അതിലെ നായിക മെഹറുന്നിസയുടെ ജീവിതവും ദുരന്തപൂർണ്ണമായ അന്ത്യവുമാണ് നാടകത്തിന്റെ ഇതിവൃത്തം. സ്ത്രീപക്ഷ രചനയിലെ ശ്രദ്ധേയമായ നാടകമാണ് 1944 ലെ *ദേവദൂതി*. മലയാളചെറുകഥാലോകത്ത് പുരുഷാധിപത്യ പ്രവണതയ്ക്കെതിരെ ശക്തമായി നിലകൊണ്ട ബി സരസ്വതിയമ്മയുടെ നാടകമാണിത്. സാവിത്രിയെന്ന കഥാപാത്രത്തെ ത്യാഗത്തിന്റെയും കർത്തവ്യത്തിന്റെയും മൂർത്തിയാക്കിത്തീർക്കുന്നതിലൂടെ കുടുംബത്തിനകത്തും പുറത്തുമുള്ള സ്ത്രീയുടെ നഷ്ടപ്പെടുത്തലുകളെയും ത്യാഗത്തെയും ഉയർത്തിക്കാട്ടുകയാണിതിൽ.

1947 ൽ കമുകറ എൽ ലീലാഭായി എഴുതിയ *ജീവിത*മാണ് ഈ പട്ടികയിൽ അടുത്തത്. പ്രണയഭംഗം കൊണ്ടുണ്ടാകുന്ന ദുരന്തമാണ് ഇതിലെ കഥാവസ്തു. 1949 ബി എം കാതറൈൻ എഴുതിയ *ഇരട്ടമരണം* മുഗൾ ഭരണകാലത്തിന്റെ പശ്ചാത്തലത്തിൽ എഴുതപ്പെട്ട മറ്റൊരു നാട

കമാണ്. മറ്റുള്ളവയിൽനിന്ന് വ്യത്യസ്തമായി ഇതൊരു വിനോദകഥയാണ്. എങ്കിലും ദാരിദ്ര്യമാണ് അടിസ്ഥാനം. ഏതുവേഷംകെട്ടാനും ദാരിദ്രം മനുഷ്യനെ പ്രേരിപ്പിക്കും എന്നതാണ് ഇതിലെ ആശയം. തങ്കമ്മയുടെ *ശിവാജി*(1950) അഥവാ *മഹാരാഷ്ട്ര സിംഹം* ആണ് അടുത്തത്. ശിവാജി വീരനായകനാകുന്ന ചരിത്ര പശ്ചാത്തലമുള്ള സ്വതന്ത്രകൃതിയാണിത്. സ്ത്രീരചനകളിൽ അതുവരെ ഉണ്ടായിരുന്ന ഭാഷയെപ്പറ്റിയുള്ള പരാതിയും ഈ നാടകം മറികടന്നു. ഔറംഗസീബിന്റെയും ശിവാജിയുടെയും സംഭാഷണം ഉജ്ജ്വലപദങ്ങളാൽ സമ്പുഷ്ടമാണിതിൽ.

1958 ൽ പുറത്തു വന്ന *തടവുപുള്ളി* കെ ജി കുഞ്ഞുകുട്ടി അമ്മയും പൊൻകുന്നം ദാമോദരനും ചേർന്നെഴുതിയ നാടകമാണ്. സപത്നിമാരുടെ കണ്ണീരിന് മുന്നിൽ സമർപ്പിച്ച ഈ നാടകം സ്ത്രീപ്രശ്നങ്ങളെക്കുറിച്ച് ചർച്ചചെയ്ത് ഒരു സ്ത്രീയും ഒരു പുരുഷനും തുല്യ കർത്തൃത്വത്തോടെ എഴുതിയ നാടകമാണ്. ഈ ശൃംഖലയിലെ അടുത്ത നാടകം 1963 ൽ കെ എം സാവിത്രി എഴുതിയ *വാടിക്കരിഞ്ഞ പൂമൊട്ടുകൾ* ആണ്. ദുരന്തങ്ങളുടെ നടുക്ക് ജീവിക്കുന്ന ഒരു കുടുംബത്തിന്റെ കഥയാണിത്. കല്യാണി അമ്മയുടെ വ്യത്യസ്ത സ്വഭാവക്കാരായ അഞ്ച് മക്കളേയും അവർക്കുണ്ടാകുന്ന കൊടിയ ദുരന്തങ്ങളേയുമാണിതിൽ ആഖ്യാനം ചെയ്തിരിക്കുന്നത്. എൻ കൃഷ്ണപിള്ളയുടെ *ഭഗ്നഭവന*ത്തെ ഓർമ്മിപ്പിക്കുന്ന വിധം തന്മയത്വമുള്ള പാത്രസൃഷ്ടിയാണ് ഇതിലുള്ളത്.

1963 ൽ സാവിത്രി ലക്ഷ്മണൻ എഴുതിയ മൂന്ന് ഏകാങ്കങ്ങൾ എന്ന കൃതി *അഗംമിഥ്യ*, *കാലം മാറി*, *കൃപാവാരസംപൂരിതേസ്വസ്ഥി* എന്നീ ഏകാങ്കങ്ങളുടെ സമാഹാരം. 'അമ്മേ കാലം മാറി സ്ത്രീയും പുരുഷനും ഇന്ന് സമൂഹത്തിൽ തുല്യരാണ്. ആ അവകാശം നമ്മളായിട്ട് കളഞ്ഞുകുളിക്കരുത്' എന്നുപറയുന്ന *കാലം മാറി*യും. ദൈവവചനങ്ങൾക്കു കാതോർക്കാതെ കനി തിന്നുന്ന ഹവ്വയും ദൈവഹിതം അതേപടി സ്വീകരിക്കുന്ന മറിയവും ആത്മപീഡനമേല്ക്കുന്നുവെന്ന സൂചനയോടെ അവതരിപ്പിക്കപ്പെട്ട മൂന്നാമത്തെ നാടകവും ശില്പഘടനയിൽ വ്യത്യസ്തത പുലർത്തുന്നു എന്നത് അവയുടെ സവിശേഷതയാണ്.

1996 ൽ പ്രസിദ്ധീകരിച്ച സരോജിനി ചന്ദ്രന്റെ *മുത്തശ്ശി സിങ്കപ്പൂരിൽ* എന്ന നാടക സമാഹാരം. *എവിടുത്തെ ന്യായം*, *അപസ്വരം*, *എന്റെ മകൻ*, *നീയും ഞാനും വരച്ച വര*, *കൊച്ചു കൊച്ചു പിണക്കങ്ങൾ*, *വാക്കും പ്രവൃത്തിയും* എന്നിവയാണ് ഈ കൃതിയിലെ ലഘുനാടകങ്ങൾ. തുടർന്ന് 1952 ൽ എഴുതപ്പെട്ട *എലിസബത്ത്*, ദേവകിയമ്മയുടെ *സ്നേഹാരാമം* 1967 ലെ ഏലിയാമ്മ ജോർജ്ജിന്റെ *കല്യാണക്കാര്യം* (പത്ത് ഏകാങ്കം), മുതുകുളം പാർവ്വതിയമ്മയുടെ *ധർമ്മബലി* അഥവാ *മാർത്തോമ്മാശ്ലീഹയുടെ ജീവിതദുരന്തം* മിസ്സിസ് സുന്ദരവും കൂട്ടരും എഴുതിയ *വയലാറിലെ തലയോടുകൾ* (സംഗീതനാടകം) 1952 ലെ പി പദ്മാവതിയുടെ *ഇരുമ്പുകടൽ*, 1979 ലെ സാവിത്രിലക്ഷ്മണിന്റെ *സ്മൃതി* 1980 ലെ സുപ്രഭാചന്ദ്രന്റെ *ഭ്രാന്താശുപത്രി* 1982 ലെ *ഇഴജന്തുക്കളുടെ മാളം* അതേ വർഷത്തിലെ

അമ്മിണി നാലപ്പാടിന്റെ *ശകുന്തള* (ഗാനനാടകം) ബി ലതാമേനോന്റെ *രാജി*(ഏകാങ്കങ്ങൾ) സുഭദ്രാപരമേശ്വരന്റെ *ഓപ്പറേഷൻ തീയേറ്റർ*(1982), 1983 ലെ കെ. സുമതിയമ്മയുടെ *രാമായണത്തിലെ സീത* തുടങ്ങിയവ സ്ത്രീകർത്തൃത്വമുള്ള നാടകരചനകളാണ്. ഇവയിൽത്തന്നെ സ്ത്രീപക്ഷനാടകസാഹിത്യം എത്രമാത്രമെന്നത് പഠനവിഷയമാണ്. പുരുഷമൂല്യങ്ങളിൽ അധിഷ്ഠിതമായ സമൂഹത്തിൽ അന്ന് സ്ത്രീക്ക് ലഭിച്ച സ്വാതന്ത്ര്യത്തിന്റെ ചുവട്ടിലാണ് ഇത്തരം നാടകരചനകൾ തയ്യാറാക്കപ്പെട്ടത്. ബി സരസ്വതിയമ്മ തന്റെ രചനയുടെ ആമുഖത്ത് ഇതൊരു നാടകമാണെന്ന് നിശ്ചയിക്കേണ്ടത് പ്രേക്ഷകരാണെന്ന ആശങ്ക പ്രകടിപ്പിക്കുന്നു (സജിത മഠത്തിൽ രാജലക്ഷ്മി എന്നിവരുടെ പുസ്തകങ്ങൾ). അരങ്ങുകൾ കണ്ട് ശീലിക്കാത്തതിന്റെ കുറവാണ് ഇപ്രകാരം ഒരു ശങ്കയ്ക്കിട നല്കാനുള്ള പ്രധാനകാരണമെന്ന് വ്യക്തം. ചെറുകഥാ സാഹിത്യത്തിലെ വേറിട്ട ശബ്ദത്തിനുടമയായ സരസ്വതിയമ്മയുടെ നാവിൽ നിന്നാണ് ഇത്തരത്തിലൊരു അപകവമായ ശങ്ക ഉണർന്നിരിക്കുന്നത് എന്നോർക്കുമ്പോൾ മറ്റു രചയിതാക്കളുടെ കാര്യം പറയേണ്ടതില്ല. ഇതിനാലാണ് ആദ്യകാല സ്ത്രീനാടകരചനകൾ അരങ്ങിനുവേണ്ടിയല്ല വായനാസുഖത്തിന് വേണ്ടിയാണ് നിർമ്മിക്കപ്പെട്ടതെന്ന് അഭിപ്രായം രൂപപ്പെടുന്നത്.

ഇതേസമയം പുരുഷനിർമ്മിത നാടകങ്ങളിലെ സ്ത്രീപക്ഷരചനകളും ഒട്ടും കുറവല്ല. പക്ഷേ, അവയെ സ്ത്രീപക്ഷ സാഹിത്യത്തിൽ ഉൾപ്പെടുത്തുക അത്ര എളുപ്പമല്ല. കൊച്ചീപ്പൻ തരകന്റെ *മറിയാമ്മ* (1903), വി ടി ഭട്ടതിരിപ്പാട്, എം പി ഭട്ടതിരിപ്പാട്, എം ആർ ഭട്ടതിരിപ്പാട് തുടങ്ങിയവരുടെ നാടകത്രയങ്ങൾ എൻ കൃഷ്ണപിള്ളയുടെ *ഭഗ്നഭവനം*, *കന്യക*, *ബലാബലം* തുടങ്ങിയ നാടകങ്ങളിലും കണ്ണീരിൽ കുതിർന്ന സ്ത്രീ കഥാപാത്രങ്ങളെയാണ് കാഴ്ചവെക്കുന്നത്. ഇതിൽനിന്ന് വ്യത്യസ്തങ്ങളായ സ്ത്രീകഥാപാത്രങ്ങൾ സൃഷ്ടിക്കപ്പെട്ടതും കുറവല്ല, സി എൻ ശ്രീകണ്ഠൻനായരുടെ *ഊർമ്മിള* ഇതിഹാസത്തിൽനിന്ന് അരങ്ങിലെത്തുമ്പോൾ രാമനുമുന്നിൽ തലയുയർത്തിനിന്ന് അധികാരത്തെയും ധർമ്മത്തെയുംകുറിച്ച് വിമർശനം നടത്തുന്നു. രാമനിലെ രാജാവിനെയും ഭർത്താവിനെയും അച്ഛനെയും ഊർമ്മിള തന്റെ ചോദ്യശരങ്ങൾക്ക് മുന്നിൽ നിർത്തുന്നു. *കാഞ്ചനസീത*യിൽ ആകപ്പാടെ മൂന്ന് രംഗത്തിൽ മാത്രം വന്നുപോകുന്ന മണ്ഡോദരിയും സ്ത്രീത്വത്തിന്റെ ശക്തിയായി അരങ്ങിലെത്തുന്നു. സി ജെ തോമസ്, തോപ്പിൽഭാസി, എൻ എൻ പിള്ള, ചെറുകാട്, ജി ശങ്കരപ്പിള്ള തുടങ്ങിയ എഴുത്തുകാർ സ്ത്രീകഥാപാത്രങ്ങളുടെ ശക്തമായ നാടകലോകം തന്നെ സൃഷ്ടിച്ചവരാണ്. 1999 ൽ എസ് ശ്രീനാഥ് എഴുതിയ *ദേവശിലകളിൽ* അരങ്ങിലെത്തുന്ന നടിയുടെ കർത്തൃത്വ പ്രശ്നം ആവിഷ്കരിക്കുന്നു. എഴുത്തുകാരനും സംവിധായകനും പുരുഷനാകുമ്പോൾ നടിയുടെ സ്വത്വത്തിന് സ്ഥാനംകിട്ടാതെ വരികയും കൈകെട്ടി നിന്ന് ഡയലോഗ് പറയുന്ന സ്ഥിരം രൂപത്തിലേക്ക് എത്തിച്ചേരുകയും ചെയ്യുന്നതിൽ പ്രതിഷേധിച്ച് നടി നാടകകൃത്തിനെ

തന്നെ നാടകത്തിൽനിന്ന് പുറത്താക്കുന്നു. ഇതിലൂടെ അരങ്ങിലെ വ്യവസ്ഥാപിത മൂല്യങ്ങളോടുള്ള തുറന്ന കലഹമാണ് നടത്തുന്നത്. സ്ത്രീയുടെ സ്വാതന്ത്ര്യത്തെയും സംഘടനകളെയും *പെണ്ണരശുനാട്* എന്ന് പ്രഹസനത്തിലൂടെ സമീപിക്കുന്ന ഇ വി കൃഷ്ണപിള്ളയുടെ സമീപനത്തിലെ പെണ്ണരശുനാട് എന്ന പ്രയോഗം നല്കുന്നത് എന്തർത്ഥമാണെന്നത് ചിന്തിക്കാവുന്നതേയുള്ളു.

മറ്റേതൊരു സാഹിത്യശാഖയേയുംപോലെ വിശാലമായ നാടകസാഹിത്യത്തിൽ സ്ത്രീരചനകൾ അപഗ്രഥിച്ചാൽ നാടക രചയിതാക്കളായ എഴുത്തുകാരികൾ എത്ര വിരളമാണെന്നു മനസ്സിലാക്കാം. സ്ത്രീനാടകകൃത്തുക്കൾ നേരിടുന്ന ഏറ്റവും വലിയ പ്രതിസന്ധിയായി പറഞ്ഞിരുന്നത് രംഗകലാതത്ത്വങ്ങളിലുള്ള ധാരണയില്ലായ്മയായിരുന്നു. എന്നാൽ, ഇന്നത് ഒരു പരിധിവരെ അതിജീവിക്കപ്പെട്ടിരിക്കുന്നു എന്നുപറയാം. ഇതരകലകളുടെ സമന്വയമായ നാടകത്തെ സ്വന്തം കൈപ്പിടിയിലെത്തിക്കാൻ അതിന്റെ എല്ലാ മേഖലകളിലും കടന്നെത്തണം. സംസ്കൃതനാടകങ്ങളിൽ നിലനിന്നിരുന്ന ഭാഷയിലൂടെയുള്ള വേർതിരിവ് (ശ്രേഷ്ട പുരുഷൻ സംസ്കൃതഭാഷയും നീലകഥാപാത്രങ്ങളും സ്ത്രീകഥാപാത്രങ്ങളും നാട്ടുഭാഷയും മാത്രമേ സംസാരിക്കാവൂ എന്ന വേർതിരിവ്) സാങ്കേതികത്വത്തിലും കടന്നുകൂടാതിരുന്നാൽ സ്ത്രീപക്ഷനാടകവേദി പുതിയൊരർത്ഥം കണ്ടെത്തും. അതാണ് ഇന്ന് നമുക്ക് ചുറ്റും കാണാൻ കഴിയുന്ന സ്ത്രീയരങ്ങുകൾ വ്യക്തമാക്കുന്നത്. സ്വന്തമായ രീതിയിലുള്ള ആവിഷ്കാരശൈലികളും തട്ടകവും സ്ത്രീപക്ഷനാടകക്കാർ കണ്ടെത്തിയിരിക്കുന്നു. അവ വിരലിലെണ്ണാവുന്നത്ര ചുരുക്കമാണെങ്കിൽക്കൂടി ഒറ്റയ്ക്കും കൂട്ടായും ആ പരിശ്രമം നടക്കുന്നു എന്നതിന്റെ തെളിവാണ് ആധുനിക കാലത്ത് പുതിയ തലമുറയിലൂടെ ആവിഷ്കരിക്കപ്പെട്ടുവരുന്ന സ്ത്രീപക്ഷ രചനകളും നാടകസംഘങ്ങളും അവതരണങ്ങളും. ശ്രീജ കെ വിയുടെ *ഓരോരോ കാലത്തിലും, ലേബർ റൂം;* മാധവിക്കുട്ടിയുടെ *ഗുൽമോഹർ*, വേലിയേറ്റം: സാറാജോസഫിന്റെ *ഭൂമിരാക്ഷസം* ശ്രീജയുടെ തന്നെ *കല്യാണസാരി, കലംകാരിയുടെ കഥ, പരേതാത്മാവിന്റെ സാരോപദേശം* രാജരാജേശ്വരിയുടെ *പ്രവാചക, ആണുങ്ങളില്ലാത്ത പെണ്ണുങ്ങൾ*, സജിതയുടെ മത്സ്യഗന്ധി, *ചക്കീചങ്കരൻ, ഒരു ഫാമിലി റിയാലിറ്റിഷോ*, സി എസ് ചന്ദ്രികയുടെ *ഉറുമ്പുകൾ സംസാരിക്കുന്നത്*, ദിവ്യ കെയുടെ *ജാനസ്*, *പച്ച*, മിനി ഐജിയുടെ *അൻഡോറ*, ഷൈലജയുടെ *സൂപ്പർമാർക്കറ്റ്* തുടങ്ങിയവ ശ്രദ്ധേയങ്ങളായ രചനകളാണ്. ഇവയുടെ അവതരണങ്ങളും ഏറെ പ്രേക്ഷകശ്രദ്ധ നേടിയവയാണ്.

നവീനങ്ങളായ ഇതിവൃത്തവും സ്ത്രീയുടെ സ്വത്വബോധവും ഈ നാടകരചനകളിൽ കാണാം. സ്ത്രീക്ക് മാത്രം പറയാൻ കഴിയുന്ന സ്ത്രീയുടെ അനുഭവലോകമാണ് ഈ നാടകങ്ങൾ വ്യക്തമാക്കുന്നത്. (ഉദാ: ശ്രീജ കെ പിയുടെ *ലേബർറൂം*.)

2

സ്ത്രീപക്ഷനാടകവേദി– അരുളും പൊരുളും

സ്വാതന്ത്ര്യാനന്തര മലയാളനാടകവേദി കഴിഞ്ഞ അരനൂറ്റാണ്ടിൽ കാഴ്ചവെച്ച രംഗോല്പന്നങ്ങളിൽ നിറവുള്ളത് തിരയുമ്പോൾ അത്ഭുതത്തിന്റെ ചെറുനിമിഷങ്ങളും അഭിമാനിക്കാവുന്ന ദീർഘവേളകളും ഉണ്ട്. നാല്പതുകളും അമ്പതുകളുടെ ആദ്യഘട്ടവും സ്വതന്ത്രസ്വപ്നങ്ങളുടെ ഈറ്റില്ലം തേടുകയായിരുന്നു കലാകാരന്മാർ. ലോകചരിത്രത്തെ മാറ്റിമറിച്ച ഭാരതത്തിന്റെമാത്രമായ ഒരു സ്വാതന്ത്ര്യസമരരീതി, നൂറ്റാണ്ടുകളിലൂടെ രൂപം പ്രാപിച്ച സാംസ്കാരിക സങ്കീർണ്ണതകൾ, മത–കുടുംബസങ്കല്പങ്ങൾ ലോകമാകെ തുടികൊട്ടി ഉണർത്തിയ മാനവികത, നവംനവങ്ങളായ ശാസ്ത്രീയ നിഗമനങ്ങൾ, നവോത്ഥാനമോഹങ്ങൾ, ഭൂതത്തിൽനിന്ന് മോചനംകൊതിച്ച് കുതറിപ്പായുന്ന വർത്തമാനം, മരിക്കാത്ത പഴമ, പിറക്കാൻ വെമ്പുന്ന പുതുമ ഇവയൊക്കെയും ഇഴചേർന്ന് കിടക്കുന്ന അക്കാലം ഭാരതത്തിന് പൊതുവേയും കേരളത്തിന് പ്രത്യേകിച്ചും സർഗ്ഗാത്മകതയുടെ സംഗീതം പൊഴിച്ച സുവർണ്ണദിനങ്ങളായിരുന്നു. നമുക്കൊരു നാടകദർശനം ബോധപൂർവ്വം രൂപപ്പെട്ടുവരുന്ന കാലം അതാണെന്നും പറയാം. തുടർന്ന് മലയാളനാടകവേദിയെ രൂപപരമായി നവീകരിക്കുന്നതിലും ലോകനാടകത്തിന്റെ പുതുമകളെ കേരളത്തിലെത്തിക്കുന്നതിലും എഴുപതുകളുടെയും എൺപതുകളുടെയും നാടകക്കളരി പ്രസ്ഥാനവും പരീക്ഷണനാടകങ്ങളും കാരണമായിത്തീർന്നു. സംസ്കൃത സംഗീത നാടകങ്ങളും അവയുടെ സ്വാധീനവും പ്രവണതകളും പ്രഹസനങ്ങളുമെല്ലാം അക്കൂട്ടത്തിൽപ്പെടുന്നു.

1930കൾ മലയാളിസ്ത്രീകളുടെ ഇടയിൽ ആധുനിക സ്ത്രീത്വം രൂപപ്പെടുന്ന കാലംകൂടിയാണ്. 20–ാം നൂറ്റാണ്ടിന്റെ തുടക്കത്തിൽ മലയാളികൾക്കിടയിൽ ഗൗരവ ചർച്ച നേടിയിരുന്ന വനിതാമാസികകൾ പുതിയ

മലയാളിസ്ത്രീക്ക് അനുയോജ്യമായ സാമൂഹിക ഇടപെടലിനെക്കുറിച്ച് വ്യക്തമായ നിർദ്ദേശം നല്കിയിരുന്നു. വ്യക്തിജീവിതത്തിലും സാമൂഹിക ജീവിതത്തിലും സ്ത്രീ നേരിടുന്ന വെല്ലുവിളികളോ അവളനുഭവിക്കുന്ന കൊടിയ ദുരന്തങ്ങളോ സ്ത്രീപക്ഷത്തു നിന്ന് നോക്കിക്കാണുകയും അത് ആവിഷ്കരിക്കപ്പെടുകയും ചെയ്യുമ്പോൾ അതൊരു സ്ത്രീപക്ഷസാഹിത്യമായി മാറുന്നു. കാഴ്ചയെന്നത് സ്ത്രീയുടേതും പുരുഷന്റേതുമാകാം. എന്നാൽ, സ്ത്രീസ്വത്വത്തെ തിരിച്ചറിഞ്ഞ് അത് രേഖപ്പെടുത്തുമ്പോൾ സമൂഹത്തിൽ അവളുടെ അനുഭവങ്ങൾക്ക് കൂടുതൽ ശക്തിയും ആത്മാർത്ഥതയും സത്യസന്ധതയും കൈവരുന്നു. അങ്ങനെ തിരിച്ചറിഞ്ഞ സത്യത്തെ നാടകമെന്ന ശക്തമായ ദൃശ്യാവിഷ്കാരത്തിലൂടെ സമൂഹത്തിനുമുന്നിൽ അനുഭവവേദ്യമാക്കുമ്പോൾ അത് സ്ത്രീപക്ഷ നാടകമായി.

സ്ത്രീപക്ഷനാടകങ്ങളുടെ ലക്ഷ്യം അതുകൊണ്ടുതന്നെ കൂടുതലും അനുഭവങ്ങളുടെ ബോധമാണ്. അതിൽ പ്രതിഷേധവും പരിഹാസവുമൊക്കെ കടന്നുവരാം. സ്ത്രീപക്ഷനാടകം എന്താണ് എന്നതിനെക്കുറിച്ചും സ്ത്രീപക്ഷനാടകവേദിയെക്കുറിച്ചും നിരവധി വ്യത്യസ്തങ്ങളായ അഭിപ്രായങ്ങൾ നിലനില്ക്കുന്നുണ്ട്. സ്ത്രീകൾ തങ്ങളുടെ സ്വത്വാവിഷ്കാരത്തിനായി പ്രത്യേക താല്പര്യത്തോടെ നാടകരചനയും സംവിധാനവും നിർവ്വഹിക്കുക. സ്ത്രീപ്രശ്നങ്ങൾക്കു പ്രാമുഖ്യം നല്കുക, സ്ത്രീയെത്തന്നെ നാടകത്തിലെ കേന്ദ്രകഥാപാത്രമായി അവരോധിക്കുക തുടങ്ങിയ രീതിയിലുള്ള നാടകങ്ങളെയാണ് പ്രശസ്ത അമേരിക്കൻ നിരൂപകയായ ഹെലൻ കെയ്സർ സ്ത്രീപക്ഷ നാടകമെന്നതുകൊണ്ട് വിവക്ഷിക്കുന്നത്. എന്നാൽ, മറ്റൊരു നിരൂപകയായ, ജാനറ്റ് ബ്രൗണിന്റെ അഭിപ്രായത്തിൽ സ്ത്രീത്വത്തിന്റെ ആന്തരചേതനകളെ ഒരു പുരുഷാധിപത്യസമൂഹത്തിലെ അടിച്ചമർത്തലുകൾക്കെതിരായി നാടകവല്ക്കരിക്കുകയോ സ്വയംഭരണാവകാശത്തിനുവേണ്ടിയുള്ള സ്ത്രീയുടെ പോരാട്ടങ്ങളെ നാടകവല്ക്കരിക്കുകയോ ചെയ്യുമ്പോഴാണ് ഒരു സ്ത്രീപക്ഷനാടകമുണ്ടാകുന്നത്.

ഇന്നോളമുള്ള നാടകങ്ങളുടെ പഠനം കാണിക്കുന്നത് മനുഷ്യകുലത്തിന്റെ പകുതിയായ സ്ത്രീയുടെ സ്വത്വാവിഷ്കാരം നാടകത്തിന് അന്യമായിരിക്കുന്നു എന്നാണ്. സ്ത്രീകഥാപാത്രങ്ങൾ ഉണ്ടായിരുന്നില്ല എന്നല്ല, എണ്ണത്തിൽ കുറഞ്ഞ നടിമാർ അരങ്ങിൽ വെളിപ്പെടുത്തിയ സ്ത്രീകഥാപാത്രങ്ങൾ പുരുഷന്റെ കല്പനകൾക്ക് അനുസരിച്ചുള്ളതായിരുന്നു. പാശ്ചാത്യരാജ്യങ്ങളിലുൾപ്പെടെ ക്ലാസിക്കൽ നാടകങ്ങളിൽ നടന്ന പഠനങ്ങളിൽ വ്യക്തമായ ഒരു കാര്യം സ്ത്രീക്ക് നല്കിയിരുന്ന രണ്ടുതരം പ്രതിച്ഛായകളാണ്. ഒന്ന് ഉത്തമനായിക അല്ലെങ്കിൽ മന്ത്രവാദിനി, പ്രേതം തുടങ്ങിയ ദുഷ്ടകഥാപാത്രങ്ങൾ. ഇതേ നാടകങ്ങളിലെ തന്നെ നായകപുരുഷന്മാർക്ക് സമാനരായ നായികസ്ത്രീകൾ ഇല്ല. ക്ലാസിക്കൽ നാടകങ്ങളിൽ സാമൂഹ്യജീവിതവും വ്യക്തിപരമായ ജീവിതവും തമ്മിലുള്ള

വ്യതിരിക്തത കൂടുതൽ വ്യക്തമാണ്. സ്ത്രീയുടെ യഥാർത്ഥ അനുഭവങ്ങളെ മറച്ചുപിടിച്ച് സംസ്കാര, ലിംഗ, ജാതി സങ്കല്പങ്ങളുടെ അടിസ്ഥാനത്തിൽ ഒരു സ്ത്രീയെ കല്പിച്ചെടുക്കുന്നു. ഈ കല്പിത സ്ത്രീയെയാണ് രംഗത്ത് അവതരിപ്പിക്കുന്നത്. കേരളത്തിലെ ക്ലാസിക്കൽ അഭിനയകലകളിൽ ഏതാനും അപവാദങ്ങൾ ഒഴിച്ചു നിർത്തിയാൽ (കൂടിയാട്ടം, നങ്ങ്യാർകൂത്ത്) സ്ത്രീവേഷങ്ങൾപോലും അവതരിപ്പിച്ചിരുന്നതും ഇന്നും ഏറക്കുറെ അവതരിപ്പിക്കുന്നതും പുരുഷന്മാരാണ്. (തൃപ്പൂണിത്തുറയിലെ സ്ത്രീകഥകളിസംഘം ഇതിനൊരപവാദമാണ്) ക്ലാസിക്കൽ തിയേറ്ററിൽ അതിന് ഇന്നും വലിയ മാറ്റമൊന്നുമില്ല. പിന്നെ സ്ത്രീകളും ഇത്തരം അരങ്ങിലെത്തിക്കഴിഞ്ഞു എന്നതിൽ സമാധാനിക്കാം.

കൂടിയാട്ടത്തിലെ സ്ത്രീകഥാപാത്രങ്ങൾക്ക് വേഷം കെട്ടിയത് സ്ത്രീതന്നെയായിരുന്നു. എന്നാൽ, ഈ ചിട്ട കഥകളിയിലേക്ക് കടന്നില്ല. നാടോടി അഭിനയകലകളിലും ചില അപവാദങ്ങൾ മാറ്റിനിർത്തിയാൽ പുരുഷൻ കെട്ടിയാടുന്ന സ്ത്രീകഥാപാത്രങ്ങളായിരുന്നു കൂടുതൽ. സ്ത്രീകൾ അരങ്ങിൽ വരാത്ത ഈ ക്രമം സംഗീതനാടകങ്ങളുടെ കാലംവരെയും തുടർന്നു. പുരുഷന് അഭിനയിക്കാനായി എഴുതപ്പെട്ട സ്ത്രീകഥാപാത്രങ്ങൾ സ്ത്രീയുടെ സാമൂഹ്യയാഥാർത്ഥ്യത്തിൽനിന്ന് വളരെയേറെ അകന്നുനിന്നു. പിന്നീട് നടികൾ/അഭിനേത്രികൾ രംഗപ്രവേശം നടത്തിയെങ്കിലും സംവിധായകന്റെ സങ്കല്പത്തിൽ അത് ഒതുങ്ങിനിന്നു. മാത്രമല്ല പുരുഷന്റെ സ്ത്രീവേഷം അരങ്ങത്തുകാട്ടിയ അഭിനയം യഥാർത്ഥ സ്ത്രീത്വ ചേഷ്ടകളെയും രൂപത്തെയും ഏറക്കുറെ പരിഹാസ്യമാക്കുന്നതോ വികലമാക്കുന്നതോ ആയിരുന്നു. അതുകൊണ്ടാണ് വേലുക്കുട്ടി ആശാന്റെ സ്ത്രീകഥാപാത്രം യഥാർത്ഥ സ്ത്രീത്വത്തിനും നടികൾക്കും ഭീഷണിയാവുന്നത്. സ്ത്രീശരീരത്തിന്റെ യഥാർത്ഥ മാനറിസങ്ങൾക്കപ്പുറം പുരുഷകാഴ്ചയെ തൃപ്തിപ്പെടുത്തും വിധമോ പ്രകോപിപ്പിക്കും വിധമോ നാടകത്തിലേക്ക് ആകർഷിക്കത്തക്കതായിരുന്നു പുരുഷന്മാർ കെട്ടിയ സ്ത്രീകഥാപാത്രങ്ങൾ ചെയ്തത്.

മലയാളനവോത്ഥാന നാടകങ്ങൾ, യോഗക്ഷേമ നാടകങ്ങൾ, രാഷ്ട്രീയ നാടകങ്ങൾ തുടങ്ങിയ പ്രമുഖ നാടകങ്ങളിൽ സ്ത്രീപക്ഷം കൈകാര്യം ചെയ്യുന്ന നാടകങ്ങൾ ഇല്ലാതില്ല. പക്ഷേ, അവയിലെ സ്ത്രീകഥാപാത്രങ്ങൾ പുരുഷന്റെ അനുഭവപരിസരങ്ങളിൽനിന്ന് അവതരിപ്പിക്കപ്പെടുന്ന കാഴ്ചയാണുള്ളത്. സ്ത്രീകളോട് സംവദിക്കാനായി നവോത്ഥാനപ്രസ്ഥാനത്തിന്റെ ഭാഗമായി എഴുതപ്പെട്ട നാടകങ്ങളും, ഇടതുപക്ഷപ്രസ്ഥാനങ്ങളുടെ വളർച്ചയുടെ ഘട്ടത്തിൽ അവയുടെ മുന്നോട്ട് പോകലിന് ആക്കം കൂട്ടാനായി അവതരിപ്പിക്കപ്പെട്ട നാടകങ്ങളുമുണ്ട്. സ്ത്രീയും പുരുഷനുമടങ്ങുന്ന ഒരു സമൂഹത്തിൽ മാറ്റം ആഗ്രഹിക്കുന്ന ഈ നാടകങ്ങളിൽ പക്ഷേ, സ്ത്രീ നിശ്ശബ്ദയായിരുന്നു. കെ ദാമോദരന്റെ *പാട്ടബാക്കി*യിൽ കുഞ്ഞിമാളു എന്ന സ്ത്രീകഥാപാത്രം ശക്തയാണ്. പക്ഷേ, നാടകത്തിന്റെ അവസാനം അവർ നിശ്ശബ്ദസാന്നിദ്ധ്യ

മായ കിട്ടുണ്ണിയെ പിന്തുടരുന്നു. പുരോഗമന നാടകങ്ങൾ നല്കുന്ന ചിത്രം ഇതാണെങ്കിൽ മുഖ്യധാരയിലെ നാടകങ്ങൾ എപ്രകാരമെന്ന് പറയേണ്ട തില്ല.

പുരുഷകഥാപാത്രങ്ങൾക്ക് ചുറ്റും വ്യക്തിത്വമില്ലാത്ത, ചുറ്റിക്കറ ങ്ങുന്ന സ്ത്രീകഥാപാത്രങ്ങളോട് കൂടിയവ, അതുമല്ലെങ്കിൽ അഹന്തയും അധികമാനസിക ശക്തിയുംകൊണ്ട് തുടക്കത്തിൽ രംഗത്ത് അവതരി ക്കുകയും നാടകാവസാനം രംഗത്തു വച്ചുതന്നെ മോശപ്പെട്ട മൂല്യങ്ങളെ പുരുഷന്റെ കാല്ക്കൽ സമർപ്പിച്ച് രംഗത്തു നിന്ന് പിന്മാറുന്നവൾ, ഇത്ത രത്തിലല്ലാതെ പ്രമുഖ നാടകങ്ങളിൽപ്പോലും സ്ത്രീകഥാപാത്രങ്ങളെ കാണാൻ കഴിയില്ല; ഇല്ലെങ്കിൽ കണ്ണുനീരിന്റെ കാണാക്കയത്തിലായി രിക്കും.

1982 ൽ കേരളവർമ്മയുടെ *ശാകുന്തളം* പരിഭാഷയോടെ ആരംഭി ക്കുന്നതായി കരുതുന്ന മലയാളനാടകവേദിയിൽ ആദ്യത്തെ നാടകസാ ഹിത്യകാരി തോട്ടയ്ക്കാട് ഇക്കാവമ്മയാണ് അതല്ല ആദ്യ സ്ത്രീപക്ഷ എഴുത്തുകാരി കുട്ടിക്കുഞ്ഞു തങ്കച്ചിയാണെന്നും വാദങ്ങൾ നിലനില്ക്കു ന്നു. ഇക്കാവമ്മയെഴുതിയ *സുഭദ്രാധനഞ്ജവും(സുഭദ്രാർജ്ജുനം)*, തങ്കച്ചിയുടെ നാടകമായ *അജ്ഞാതവാസ*വും കൂടാതെ അടുത്തകാ ലത്തെ പഠനങ്ങൾ കണ്ടെടുത്ത ഭാർഗവിയമ്മയുടെ നാടകകൃതികളും ലളിതാംബിക അന്തർജ്ജനത്തിന്റെ *സാവിത്രി* അഥവാ *വിധവാ വിവാ ഹം*, ബി സരസ്വതിയമ്മയുടെ ഏകനാടകകൃതി *ദേവദൂതി* തുടങ്ങിയവ യിൽ സ്ത്രീകഥാപാത്രങ്ങൾ തങ്ങളുടെ മികവ് പുലർത്തുന്നു.

3

ആദ്യകാലസ്ത്രീപക്ഷനാടകം- യോഗക്ഷേമനാടകങ്ങളിൽ

കേരളത്തിലെ സ്ത്രീവാദനാടകങ്ങളുടെ ചരിത്രം മലയാളത്തിലെ നവോത്ഥാനനാടകവേദിക്ക് തുടക്കമിട്ട നമ്പൂതിരിത്രയങ്ങളിൽ നിന്നാരംഭിക്കാം. നമ്പൂതിരിസ്ത്രീകളുടെ അടിമത്വത്തിന് അറുതിവരുത്താൻ നമ്പൂതിരിസ്ത്രീകളോട് സംവദിക്കാനായി യോഗക്ഷേമസഭയിലൂടെ അരങ്ങിലെത്തിയ നാടകങ്ങളിൽനിന്ന് സ്ത്രീപക്ഷനാടകവേദിയുടെ തീപ്പൊരികൾ പാറിത്തുടങ്ങുന്നതായി കാണാം. നമ്പൂതിരിസ്ത്രീകളുടെ ഉന്നമനമാണോ അഫ്പൻമാരുടെ സ്വാർത്ഥതയാണോ മുന്നിട്ടുനില്ക്കുന്നതെന്ന സംശയത്തോടെ തന്നെ, മലയാളനാടകവേദിയിലെ സ്ത്രീപക്ഷത്തിന്റെ തുടക്കം ഇവിടെനിന്നുമാരംഭിക്കുന്നു.

സ്ത്രീതന്നെ, രചനയും സംവിധാനവും നിർവ്വഹിക്കുക, സ്ത്രീകൾ തന്നെ അഭിനയിക്കുക(സ്ത്രീകളുടെ ഭാഗം) എന്നതൊഴിവാക്കിയാൽ സ്ത്രീപക്ഷനാടകത്തിന്റെ ലക്ഷണങ്ങൾ ഏതാണ്ടെല്ലാം യോഗക്ഷേമ നാടകങ്ങൾക്ക് ഇണങ്ങും. വി ടി ഭട്ടതിരിപ്പാടിന്റെ *അടുക്കളയിൽനിന്ന് അരങ്ങത്തേക്ക്*, എം ആർ ബിയുടെ *മറക്കുടയ്ക്കുള്ളിലെ മഹാനരകം*, എംപി ഭട്ടതിരിപ്പാടിന്റെ *ഋതുമതി* എന്നിവയുടെ പ്രമേയം ഉരുത്തിരിഞ്ഞിരിഞ്ഞിരിക്കുന്നത് നമ്പൂതിരിസ്ത്രീകളുടെ ദുരിതങ്ങളിൽനിന്നാണ്. സമുദായ പരിഷ്കരണത്തിന്റെ പൂർണ്ണതയ്ക്ക് സ്ത്രീകളുടെ സ്വാതന്ത്ര്യം അത്യന്താപേക്ഷിതമാണെന്ന തിരിച്ചറിവായിരുന്നു ഈ നാടകങ്ങൾ. 'ചേലപ്പുതപ്പിന് രണ്ടുകാലും ഒരോലക്കുടയും വെച്ചുകൊടുത്തു (അരങ്ങിലെ സ്ത്രീകളുടെ രൂപങ്ങളും ഭാവങ്ങളും, സമസ്തകേരളം ത്രൈ മാസിക പുറം 75,79,80) സൃഷ്ടിക്കപ്പെടുന്ന നമ്പൂതിരിസ്ത്രീമാതൃകകളിൽനിന്ന് സമുദായത്തിന്റെ കണ്ണാടിപ്പുറത്തേക്ക് അന്തർജ്ജനങ്ങളുടെ യാതനകളെ കൊണ്ടുവരാൻ ഈ നാടകങ്ങൾക്ക് കഴിഞ്ഞു. ആദ്യസ്ത്രീപക്ഷനാടകത്തിൽ പക്ഷേ, സ്ത്രീയുടെ വേഷത്തിൽ അരങ്ങിലെത്തിയത് പുരുഷ

നായിരുന്നു. *അടുക്കളയിൽ നിന്ന് അരങ്ങത്തേക്ക്* ഒഴികെ അതായിരുന്നു അവസ്ഥ. വി ടിയുടെ നാടകത്തിൽ വൃദ്ധ-ബാലിക വിവാഹരീതിയെ എതിർക്കുമ്പോൾ സാപത്ന്യത്തിന്റെ ദുരന്തഫലങ്ങളാണ് എം ആർ ബി യുടെ *മറക്കുടയ്ക്കുള്ളിലെ മഹാനരകം. ഋതുമതി*യാകട്ടെ സ്ത്രീവിദ്യാഭ്യാസത്തിന്റെ ആവശ്യകതയും നമ്പൂതിരിസ്ത്രീകളുടെ വിദ്യാഭ്യാസവും ബ്ലൗസിടുന്നതിനെക്കുറിച്ചും സർവ്വോപരി സ്വാതന്ത്ര്യത്തെക്കുറിച്ചും സംസാരിക്കുന്ന നാടകമാണ്. "തത്തയ്ക്ക് കൂടുതുറന്ന് കൊടുക്കുന്ന ധർമ്മബോധമില്ലാത്ത സമൂഹത്തിൽ" സ്വന്തം ചിറകിട്ടടിച്ച് കൂടുതുറന്ന് പുറത്തുവരാൻ ദേവകി തയ്യാറാകുന്നതാണ് ഇതിലെ പ്രമേയം. അതിൽ ദേവകി വിജയിക്കുകയും ചെയ്യുന്നു. അതുപോലെ ലളിതാംബിക അന്തർജ്ജനത്തിന്റെ *സാവിത്രി അഥവാ വിധവാ വിവാഹം* ബാല്യത്തിലേ വൈധവ്യം വരിക്കുന്ന നമ്പൂതിരിബാലികമാരുടെ പുനർവിവാഹത്തെ പ്രോത്സാഹിപ്പിക്കുന്നതും അതിന്റെ അനിവാര്യതയെ ഓർമ്മിപ്പിക്കുന്നതുമാണ്. അടിസ്ഥാനപരമായി സ്ത്രീയുടെ മോചനംതന്നെയായിരുന്നു ഈ നാടകങ്ങളെല്ലാം ലക്ഷ്യമാക്കിയിരുന്നത്. അതിനാൽ ഇവയെല്ലാം ഒരർത്ഥത്തിലല്ലെങ്കിൽ മറ്റൊരർത്ഥത്തിൽ സ്ത്രീപക്ഷസ്വഭാവം പുലർത്തുന്ന നാടകങ്ങളാണ്.

കഥയും നോവലും കടന്നുചെല്ലാത്ത അന്തപ്പുരങ്ങളിൽ കഥകളിയും കൂത്തുംകണ്ട് ശീലിച്ച അന്തർജ്ജനങ്ങളുടെ മനസ്സിനെ ഉണർത്തി ചിന്തിപ്പിക്കണമെങ്കിൽ ദൃശ്യരൂപം തന്നെയാണാവശ്യം. ഈ ചിന്തയാണ് നവോത്ഥാന നാടകത്രയത്തിനു ആരംഭംകുറിച്ചത്. കണ്ണീരും തീവ്രാനുഭവങ്ങളുടെ കയ്പുനീരും ചേർത്ത് ജീവിക്കാൻ വിധിക്കപ്പെട്ട നമ്പൂതിരിസ്ത്രീകളുടെ പ്രതിനിധിയാണ് തേതിയും ഇട്ടിപ്പാപ്തിയും ദേവകിയും. എക്കാലത്തെയും പുരോഗമനാശയങ്ങൾ പ്രചരിപ്പിക്കാൻ പ്രേക്ഷകനോട് നേരിട്ട് സംവദിക്കുന്നതിന് അരങ്ങിന്റെ നാടകഭാഷതന്നെയാണ് ശക്തിയായ മാധ്യമം എന്ന തിരിച്ചറിവ് ജാതീയമായ സമ്പന്നതയിലും ദരിദ്രമായ ജീവിത സാഹചര്യത്തിലും നമ്പൂതിരിസ്ത്രീകളുടെ ജീവിതത്തിന്റെ ശോചനീയാവസ്ഥയെ തുറന്നുകാട്ടാൻ ഉപയോഗിച്ചു. ഒരു നായർ സ്ത്രീക്കോ താണജാതിയിൽപ്പെട്ട മറ്റ് സ്ത്രീകൾക്കോ ലഭിച്ചിരുന്ന സ്വാതന്ത്ര്യംപോലും സ്വന്തം ശരീരത്തിലും ജീവിതത്തിലും അന്തർജ്ജനങ്ങൾക്ക് അവകാശപ്പെടാൻ കഴിഞ്ഞിരുന്നില്ല എന്നതാണ് യാഥാർത്ഥ്യം. അത് കണ്ടറിഞ്ഞതുകൊണ്ടാണ് നമ്പൂതിരിലോകത്ത് നിന്നുതന്നെ ഇത്തരത്തിലൊരു സ്ത്രീപക്ഷരചനയും (യോഗക്ഷേമനാടകം) അവതരണവും ഉടലെടുത്തത്.

അന്തർജ്ജനസമാജവും തൊഴിൽകേന്ദ്രത്തിലേക്കും

നമ്പൂതിരി നാടകത്രയത്തിനുശേഷം രൂപംകൊണ്ടതാണ് അന്തർജ്ജനങ്ങളുടേതായ ഒരു കൂട്ടായ്മ. ഇതാണ് അന്തർജ്ജനസമാജം എന്ന പേരിൽ അറിയപ്പെട്ടത്. യോഗക്ഷേമസഭയും അന്തർജ്ജനസമാജവും ഒരേ കാലഘട്ടത്തിലാണ് രൂപീകൃതമാകുന്നത്. ഫ്യൂഡൽ കാലഘട്ടത്തിൽ നമ്പൂതിരിസമുദായത്തിലെ സ്ത്രീകൾ അനുഭവിക്കുന്ന വേദനയുടെ സത്യസന്ധമായ സാക്ഷികളാകാനും ഇന്നത്തെ സ്ത്രീയുടെ ദുരിതം

സമൂഹത്തിന് മുന്നിൽ തുറന്നുകാട്ടാനും സ്ത്രീകളുടെ തുണയും പങ്കാളിത്തവും നേടിയെടുക്കാനും അന്തർജ്ജനസമാജവും ബോധപൂർവ്വം നാടകത്തെ ഉപയോഗിക്കുകയായിരുന്നു. അങ്ങനെ വരുമ്പോൾ *അടുക്കളയിൽ നിന്ന് അരങ്ങത്തേക്ക്* എന്ന നാടകത്തിന്റെ വളർച്ചയോ തുടർച്ചയോ ആണ് *തൊഴിൽകേന്ദ്രത്തിലേക്ക്*. പ്രത്യേകമായ ലക്ഷ്യങ്ങൾ സമൂഹത്തിൽ ഈ നാടകങ്ങൾക്ക് നേടിയെടുക്കാനോ കാണിച്ചുകൊടുക്കാനോ ഉണ്ടായിരുന്നു.

മലയാളിസ്ത്രീക്ക് അനുയോജ്യമായ സാമൂഹിക ഇടപെടലുകളെക്കുറിച്ച് വ്യക്തമായ രൂപങ്ങൾ ഉരുത്തിരിയുന്നത് മുപ്പതുകളിലാണ്. അതുകൊണ്ടുതന്നെ 1948 ൽ *തൊഴിൽ കേന്ദ്രത്തിലേക്ക്* എന്ന ദേവകി നരിക്കാട്ടിരിയുടെ നാടകം അരങ്ങേറുമ്പോൾ നമ്പൂതിരിസമുദായവും കേരളസമൂഹവും ഏറക്കുറെ പരിവർത്തനത്തിന്റെ പാതയിലായിരുന്നു. വ്യവസ്ഥാപിത മൂല്യങ്ങളോട് കലഹിക്കുന്ന സ്ത്രീയെ കുടുംബത്തിന് പുറത്താക്കി. എന്നാൽ, ഈ കാലയളവിൽ സമൂഹവും അവളെ ഉൾക്കൊള്ളാനോ സ്വീകരിക്കാനോ തയ്യാറാകാത്ത അവസ്ഥ. മാറുമറച്ചതിനും വിദ്യാഭ്യാസം നടത്തിയതിനും, വൃദ്ധപരിണയം നിഷേധിച്ചതിനും ഒക്കെ ഇക്കാലത്ത് സ്ത്രീകൾ കുടുംബത്തിന്റെയും സമൂഹത്തിന്റെയും പുറംപോക്കുകളിലേക്ക് തിരസ്കരിക്കപ്പെട്ടു. ഈ സമയം ഈ സ്ത്രീകൾക്ക് ഒരു അഭയസ്ഥാനമായിട്ടാണ്.... ലക്കിടിയിൽ അന്തർജ്ജനങ്ങളുടെ കൂട്ടായ്മയിൽ ഒരു തൊഴിൽകേന്ദ്രം പിറവിയെടുക്കുന്നത്. ഈ കേന്ദ്രത്തിന്റെ ആശയപ്രചരണാർത്ഥമാണ് *തൊഴിൽകേന്ദ്രത്തിലേക്ക്* എന്ന സ്ത്രീപക്ഷനാടകം ജനിക്കുന്നത്. സ്ത്രീകൾ തന്നെ എഴുതി സ്ത്രീകൾതന്നെ രംഗത്ത് അവതരിപ്പിച്ച *തൊഴിൽകേന്ദ്രത്തിലേക്ക്* അങ്ങനെ അറിഞ്ഞോ അറിയാതെയോ ചരിത്രത്തിൽ സ്ത്രീപക്ഷനാടകവേദിക്കും തുടക്കമാകുകയായിരുന്നു.

ഒരു കൂട്ടം സ്ത്രീകളുടെ കർത്തൃത്വത്തിൽ രൂപപ്പെട്ട *തൊഴിൽകേന്ദ്രത്തിലേക്ക്* യഥാർത്ഥസംഭവത്തെയാണ് ഇതിവൃത്തമായി സ്വീകരിച്ചത്. 13 വയസ്സുള്ള കാവുങ്കര ഭാർഗ്ഗവിയെ വിവാഹമെന്ന വ്യാജേന വില്ക്കാൻ നടത്തിയ ശ്രമത്തിൽ അന്തർജ്ജനസമാജം ഇടപെടുകയും അവളെ തൊഴിൽ കേന്ദ്രത്തിലെത്തിക്കുകയും ചെയ്യുന്ന യാഥാർത്ഥ്യം നാടകത്തിലെ ദേവസേനയുടെ(കഥാപാത്രം) കഥാപാത്രത്തിനു നാടകീയത നല്കി. ഒരു പ്രഹസനമെന്ന് വി ടി തന്നെ വിശേഷിപ്പിച്ച *അടുക്കളയിൽ നിന്ന് അരങ്ങത്തേക്ക്* എന്ന നാടകത്തേക്കാൾ സംഘർഷം നിറഞ്ഞതും നാടകീയ മുഹൂർത്തങ്ങളാൽ സമ്പന്നവുമാണ് *തൊഴിൽകേന്ദ്രത്തിലേക്ക്*. ഫലിതമോ ശൃംഗാരമോ നാടകത്തിൽ ഉൾപ്പെടുത്തിയിട്ടില്ല. അതേസമയം സംഭാഷണങ്ങളിൽ ഏറിയപങ്കും രാഷ്ട്രീയവല്ക്കരിക്കാൻ ശ്രദ്ധിച്ചിട്ടുമുണ്ട്.

രാഷ്ട്രീയനാടകങ്ങളിലെ സ്ത്രീത്വം അരങ്ങിലും അണിയറയിലും

കെ ദാമോദരന്റെ *പാട്ടബാക്കി*, ഇടശ്ശേരിയുടെ *കൂട്ടുകൃഷി* തുടങ്ങിയ നാടകങ്ങൾ ശക്തരായ സ്ത്രീകഥാപാത്രങ്ങളെ അവതരിപ്പിക്കാൻ ശ്രമിച്ചവയാണ്. രാഷ്ട്രീയനാടകങ്ങളിലൂടെ അരങ്ങിലെത്തിയ സ്ത്രീകൾ ഒരേസമയം നടിയും രാഷ്ട്രീയ പ്രവർത്തകയുമെന്ന ദ്വന്ദ്വത്തിലായിരുന്നു. സ്ത്രീപു

രുഷഭേദങ്ങളെ സംബന്ധിച്ച ചിന്തകൾ പ്രത്യക്ഷത്തിൽ അവഗണിക്കപ്പെടുകയും പരോക്ഷമായി നിലനിർത്തപ്പെടുകയും ചെയ്ത നാടകവേദിയിൽ പൊതുഇടത്തേക്ക് ഇറങ്ങിയ സ്ത്രീയുടെ ശരീരത്തിനുനേരെയുള്ള ആക്രമണങ്ങളെ നാടകത്തിനകത്തും പുറത്തും സ്ത്രീക്ക്/അഭിനേത്രിക്ക് നേരിടേണ്ടിവന്നു എന്നതാണ് യാഥാർത്ഥ്യം. 'റൗക്കയിടുന്നത് ആട്ടക്കാരിയാവാനാണ്' (*യോഗക്ഷേമനാടകങ്ങളിലൂടെ തന്നെ; രാജലക്ഷ്മിയുടെ ലേഖനം*) എന്നു കരുതിയ കാലത്തിൽനിന്ന് അധികദൂരം മുന്നോട്ട് പോയിട്ടില്ലാത്ത മലയാളിസ്ത്രീക്ക് ഇതൊരു വെല്ലുവിളിതന്നെയായിരുന്നു. എങ്കിലും മുപ്പതുകളുടെ പ്രത്യേകതയിൽ നാടകമെന്ന സാംസ്കാരിക ഇടത്തേക്ക് സ്ത്രീകൾ കൂടുതലായി പ്രവേശിക്കാൻ തുടങ്ങിയിരുന്നു. സമൂഹത്തിൽ ഉണ്ടായ ലിംഗഭേദചർച്ചകളും ദേശീയപ്രസ്ഥാനവും സർഗ്ഗഭേദത്തെക്കുറിച്ചുള്ള ചർച്ചകളും സമരങ്ങളും സമൂഹത്തെയും സ്വാധീനിച്ചുതുടങ്ങിയിരുന്നു. പള്ളുരുത്തി ലക്ഷ്മിയെപ്പോലുള്ള സ്ത്രീകൾ കുടുംബബന്ധങ്ങളെ ഉപേക്ഷിച്ചുപോലും നാടകരംഗത്തേക്ക് വരാൻ തയ്യാറായത് നിലനിന്നിരുന്ന സാമൂഹികവ്യവസ്ഥിതിയോടുള്ള സ്ത്രീയുടെ സർഗ്ഗാത്മകതയിലെ സ്വാതന്ത്ര്യപ്രഖ്യാപനത്തിന്റെ ഭാഗമായിരുന്നു. ഇവിടെനിന്നും അരങ്ങിലെ ശക്തമായ സ്ത്രീകഥാപാത്രങ്ങളുടെയും അഭിനേത്രികളുടെയും ചരിത്രം തുടങ്ങുന്നു. മലയാളനാടകവേദിയുടെ ചരിത്രത്തിൽ ഒരു പുതിയ അദ്ധ്യായവും.

ഇന്നലെവരെ നാടകരംഗത്ത് കടന്നുവരാൻ അറച്ചുനിന്ന സ്ത്രീകൾ തമിഴ്നാടകങ്ങളിൽ സ്ത്രീകഥാപാത്രം സ്ത്രീകൾതന്നെ അഭിനയിക്കുന്നത് കണ്ട് തറവാടിത്തവും ജാത്യാഭിമാനവും വെടിഞ്ഞ് തങ്ങളുടെ സർഗ്ഗാത്മകതയ്ക്ക് അരങ്ങിൽ ഇടംകണ്ടെത്താൻ തയ്യാറായി. അത് സർഗ്ഗാത്മകത മാത്രമായിരുന്നില്ല. കുടുംബത്തിനുള്ളിലെ ദാരിദ്ര്യത്തെ അല്പമെങ്കിലും ശമിപ്പിക്കാനും കൂടിയായിരുന്നു. അരങ്ങിലെത്തിയ ആദ്യകാല അഭിനേത്രികളിൽ മിക്കവരും സംഗീതനൃത്താദികലകളിൽ തല്പരരോ, പ്രാവീണ്യം നേടിയവരോ ആയിരുന്നു. ഉപജീവനത്തിനായി കലയെ ആശ്രയിക്കാൻ തീരുമാനിച്ചവർ; അവർക്കു മുന്നിലെ ശക്തമായ വേദിയായിരുന്നു അരങ്ങും നാടകലോകവും. ആദ്യമായി അരങ്ങിലെത്തിയത് വർക്കല അച്ചുകുട്ടിയെന്ന നടിയാണ്. തുടർന്ന്, പള്ളുരുത്തി ലക്ഷ്മി, സി ജെ രാജം, ശിവാനിക്കുട്ടി, എസ് ആർ പങ്കജം, ഓച്ചിറ ചെല്ലമ്മ, ആറന്മുള പൊന്നമ്മ (ടി ആർ പൊന്നമ്മ) ബിയാട്രീസ്, കോട്ടയം സുജാത, രാജമ്മ, മീനാക്ഷിയമ്മ, മാവേലിക്കര പൊന്നമ്മ, ശാന്താദേവി, മാവേലിക്കര കമലം, അടൂർ പങ്കജം തുടങ്ങിയവർ അരങ്ങിലെത്തി. നവോത്ഥാന നാടകങ്ങളിലൂടെ രംഗത്തെത്തിയ സ്ത്രീകഥാപാത്രങ്ങളും മലയാളസംഗീത നാടകങ്ങളിലൂടെ അരങ്ങിലെത്തിയ ഈ നടികളും ഒരേ സാമൂഹിക രാഷ്ട്രീയ വ്യവഹാരത്തിന്റെ ഉല്പന്നമാണെന്നു കാണാം.

അടുത്തഘട്ടം ആരംഭിക്കുന്നത് കെ പി എ സിയിലൂടെയാണ്. 1940 കളിൽ തൊഴിലാളി സാംസ്കാരിക കേന്ദ്രത്തിന് ആലപ്പുഴയിലെ കമ്യൂണിസ്റ്റ് പാർട്ടി രൂപം കൊടുക്കുമ്പോൾ തൊഴിലാളിസ്ത്രീകളും പെൺകുട്ടികളും അതിൽ പങ്കുചേർന്നു. പാർട്ടി നിർദ്ദേശിച്ച രാഷ്ട്രീയ ദൗത്യമായിരുന്നു ഈ സാംസ്കാരിക പ്രവർത്തനം. ആദ്യത്തേത് പൊതുയോഗ

ത്തിൽ വിപ്ലവഗാനങ്ങൾ പാടുക എന്നതായിരുന്നു. ആലപ്പുഴയിലെ മീനാക്ഷി, അനസൂയ, മേദിനി തുടങ്ങിയവർ ആ രീതിയിൽ വേദിയിലെത്തി. വിപ്ലവ ഗാനങ്ങൾ പഠിപ്പിച്ചതും അതിന് നേതൃത്വം കൊടുത്തതും മേദിനിയായിരുന്നു. രാത്രികാലങ്ങളിൽ ഷർട്ടുംമുണ്ടും ധരിച്ച് ആൺവേഷത്തിൽ രാഷ്ട്രീയ ഒളിപ്രവർത്തനം നടത്തുകയും പകൽ പാർട്ടി ശക്തിപ്പെടുത്താനായി പൊതുയോഗങ്ങളിൽ പാടുകയും ചെയ്തിരുന്നു ഇവർ. ദാരിദ്ര്യം കാരണം പഠിക്കാനുള്ള അവസരം നഷ്ടപ്പെട്ട ഇവർക്ക് നിരോധിക്കപ്പെട്ട പാട്ടുകൾ പാടിയതിന്റെ പേരിൽ അറസ്റ്റുവരിക്കേണ്ടിയും വന്നു. ഇത്തരം സാംസ്കാരിക ഇടപെടലിന്റെ പശ്ചാത്തലത്തിൽനിന്നുകൊണ്ടു വേണം ഇടതുപക്ഷനാടകങ്ങളിലെ സ്ത്രീകളുടെ രംഗപ്രവേശനത്തെ നോക്കിക്കാണേണ്ടതും വായിച്ചെടുക്കേണ്ടതും. കാരണം, ഇന്നു കാണുന്നതുപോലെ കാര്യങ്ങൾ നിസ്സാരങ്ങളായിരുന്നില്ല. ഇടതുപക്ഷനാടകങ്ങളിലെ(രാഷ്ട്രീയ നാടകങ്ങളിലെ) നടികൾ പലതരം സാഹചര്യങ്ങളിലൂടെയാണ് നാടകരംഗത്തേക്ക് വന്നത് എന്നു മുകളിൽ സൂചിപ്പിച്ചുവല്ലോ. കലാരംഗവുമായുള്ള മുൻപരിചയവും അടുപ്പവും പാടാനുള്ള കഴിവും അഭിനയിക്കാനുള്ള ആഗ്രഹവും ചിലരെ (സുധർമ്മ, സുലോചന) നാടകവേദിയുമായി (കെ പി എ സി) അടുപ്പിക്കുകയായിരുന്നു. നിലമ്പൂരിലെ യുവജനകലാസമിതിയുടെ ആദ്യ നാടകമായ *ഇജ്ജ് നല്ല മന്സനാവാൻ നോക്ക്* എന്ന നാടകത്തിൽ പുരുഷന്മാർ സ്ത്രീവേഷം ചെയ്താൽ പൂർണ്ണതയുണ്ടാകില്ല എന്ന അഭിപ്രായമാണ് 'നിലമ്പൂർ അയിഷ' എന്ന അഭിനേത്രിയെ അരങ്ങിലെത്തിക്കുന്നത്. സഹോദരന്റെ അനുവാദത്തോടെ അയിഷ കഴിഞ്ഞ നൂറ്റാണ്ടിന്റെ രണ്ടാം പകുതിയോടെ ഏറനാട്ടിൽനിന്ന് അരങ്ങിന്റെ ലോകത്തെത്തി. ഇങ്ങനെ ഓരോരുത്തരും നാടകരംഗത്ത് എത്തിയ വഴികൾ വ്യത്യസ്തങ്ങളായിരുന്നു. ചിലർ ആഗ്രഹം കൊണ്ട്, ചിലർ കലാവാസനകൊണ്ട്, ഇനി ചിലർ ദാരിദ്ര്യംകൊണ്ട് ഉപജീവന മാർഗ്ഗം എന്ന നിലയിൽ, ബാക്കിയുള്ളവർ പാർട്ടി പ്രവർത്തനത്തിലൂടെയും അരങ്ങിലെത്തിച്ചേർന്നു. എത്തിയ വഴികൾ പലതാണെങ്കിലും വ്യക്തമായ ഇടതുപക്ഷ രാഷ്ട്രീയ സ്വാധീനവും ആവേശവും നന്നായി ഉൾക്കൊള്ളാനും മുന്നോട്ട് പോകാനും ഏവരും ശ്രമിച്ചിരുന്നു എന്നത് ശ്രദ്ധേയമാണ്. കൃത്യമായ രാഷ്ട്രീയ നിലപാടുകൾ പുലർത്തിയവരായിരുന്നു ഓരോ അഭിനേത്രിയും.

തെരുവുനാടകങ്ങളിലെ സ്ത്രീപക്ഷം

രാഷ്ട്രീയ നാടകപ്രവർത്തനങ്ങളുടെ ഭാഗമായി നമുക്ക് ലഭിച്ച വ്യത്യസ്തവും ചടുലവുമായ അരങ്ങാണ് തെരുവു നാടകവേദി. വേദിയുടെ നിറവിലേക്ക് പ്രേക്ഷകനെ ക്ഷണിച്ചുകൊണ്ടിരുത്തുന്നതിനു പകരം പ്രേക്ഷകന്റെ അടുത്തേക്ക് ചെന്ന് അവർക്കിടയിൽ വേദി ഒരുക്കുകയാണ് തെരുവുനാടകങ്ങൾ ചെയ്തത്. അതുകൊണ്ടുതന്നെ ഇത്തരത്തിലുള്ള ചെറിയ അരങ്ങിന് ലഭിച്ച ജനപിന്തുണയും അസാമാന്യമായിരുന്നു.

സമരങ്ങളും പ്രക്ഷോഭങ്ങളും തിരഞ്ഞെടുപ്പും പോലുള്ള ചൂടുള്ള രാഷ്ട്രീയ സാഹചര്യങ്ങളും തെരുവു നാടകസംഘങ്ങൾക്ക് അനുകൂ

ലമായ കാലാവസ്ഥ ഒരുക്കിയിരുന്നു. ഇന്നും ഒരുക്കുന്നു. പരിസ്ഥിതിവാദികളും സ്ത്രീ വിമോചന സംഘങ്ങളും എന്നുവേണ്ട ഏതു തരത്തിലുള്ള പ്രതിരോധത്തിനും ശക്തമായ മൂർച്ചയേറിയ സമരായുധമായി തെരുവു നാടകങ്ങൾ തെരഞ്ഞെടുക്കപ്പെട്ടു. ശാസ്ത്രസാഹിത്യ പരിഷത്ത്, ജനകീയ സാംസ്കാരിക വേദി, പുരോഗമന കലാസാഹിത്യ സംഘം തുടങ്ങിയ ബഹുജന പ്രസ്ഥാനങ്ങൾ അതിനു പ്രോത്സാഹനം നല്കിയപ്പോൾ സ്ത്രീനാടകവേദിയും മാറിനിന്നില്ല. തങ്ങളുടെ ആശയം ജനങ്ങളിലെത്തിക്കാനും സാമൂഹികമായും രാഷ്ട്രീയമായും സാംസ്കാരികമായും സ്ത്രീ നേരിടുന്ന പ്രശ്നങ്ങൾ അവതരിപ്പിക്കാനും മോചനം കാണാനും അവർ തെരുവുനാടകങ്ങൾ ഉപയോഗപ്പെടുത്തി.

സ്ത്രീ നാടകവേദിയുടെ ശക്തമായ തുടക്കം തെരുവുനാടകങ്ങളിലൂടെയാണെന്നു പറയാം. തൃശൂരിലെ സമത, പട്ടാമ്പിയിലെ മാനുഷി, കോഴിക്കോട്ടെ അന്വേഷി തുടങ്ങിയ സ്ത്രീ വിമോചന സംഘങ്ങൾ തെരുവുകൾ വേദികളാക്കി. കേരളശാസ്ത്രസാഹിത്യ പരിഷത്തിന്റെ സ്ത്രീ വിഭാഗം അവതരിപ്പിച്ച *പരശുപുറം, സീത, തിരിച്ചറിവ്, ഞാൻ സ്ത്രീ, കാണാപ്പക്ഷിയുടെ തീക്കുണ്ഡം* തുടങ്ങിയവ ശ്രദ്ധേയങ്ങളായ തെരുവുനാടകങ്ങളാണ്. ഇന്നും തെരുവുനാടകങ്ങൾ ശക്തമായി നിലനില്ക്കുന്നു. ഏതൊരു വിഷയത്തെയും സാമൂഹ്യപ്രസക്തമാക്കിത്തീർക്കുന്നതിന് തെരുവു നാടകത്തെപ്പോലെ ശക്തമായ മാധ്യമം മറ്റൊന്നില്ല. അതുകൊണ്ടുതന്നെയാണ് സ്ത്രീപക്ഷ നാടകവേദി സാമൂഹിക പ്രശ്നങ്ങളെ അവതരിപ്പിക്കാൻ തെരുവു നാടകങ്ങളെ തെരഞ്ഞെടുക്കുന്നതും. 1944 മുതൽ സ്ത്രീസംഘടനകൾ ഈ മാധ്യമത്തിന്റെ ശക്തിയെ ശക്തമായി ഉപയോഗിച്ചുകൊണ്ടിരിക്കുന്നു. 2012 ൽ ശൈലജ അവതരിപ്പിച്ച *മത്സ്യഗന്ധി* എന്ന ഏകാങ്കവും (പൊതു ഇടങ്ങളിൽ അവതരിപ്പിച്ചു) ഈറോം ശർമ്മിളയ്ക്ക് ഐക്യദാർഢ്യം പ്രഖ്യാപിച്ചുകൊണ്ട് കേരളത്തിലുടനീളവും കേരളത്തിനു പുറത്തും മഡോണ, താനിയ എന്നിവർ ചെയ്ത *പന്തമേന്തിയ പെണ്ണുങ്ങളും* ഈ പട്ടികയിൽ ഏറ്റവും അവസാനത്തേതായി നില്ക്കുന്നു. ഇനിയും സാമൂഹിക പ്രശ്നങ്ങളും സ്ത്രീകളുടെ പ്രശ്നങ്ങളും അവതരിപ്പിച്ചുകൊണ്ട് തെരുവുനാടകങ്ങൾ വന്നുകൊണ്ടേയിരിക്കുന്നു. അഭിനേത്രി, നിരീക്ഷ, അന്വേഷി തുടങ്ങിയ സ്ത്രീസംഘടനകളുടെയും സ്ത്രീനാടകസംഘങ്ങളുടെയും സമരായുധം കൂടിയാണ് തെരുവുനാടകങ്ങൾ. സമൂഹത്തെ ഞെട്ടിച്ച കിളിരൂർ കേസ് സംബന്ധിച്ചും അജിതയുടെ മരണത്തിലും ആദിവാസിപ്പെൺകുട്ടികളുടെ അരക്ഷിതാവസ്ഥയ്ക്കുമെതിരെയും സ്ത്രീനാടകസംഘങ്ങൾ തെരുവുനാടകങ്ങളിലൂടെ സമൂഹത്തിന് മുന്നിലെത്തി. കോടതി നിയമങ്ങൾ ബലാല്ക്കാരത്തിനിരയാകുന്ന പെൺകുട്ടിക്ക് കല്പിക്കുന്ന അയോഗ്യതയുടെയും പ്രതികൾക്കു നല്കുന്ന കേവല ശിക്ഷയെയും പരിഹസിച്ചുകൊണ്ട് കാസർഗോഡു മുതൽ തിരുവനന്തപുരംവരെ വിവിധ ജില്ലകളിലായി നടത്തിയ (2008 ഡിസംബർ) തെരുവുനാടകങ്ങൾ ഏറെ ശ്രദ്ധേയമായിരുന്നു. (നിരീക്ഷയിലെ അഭിനേത്രികളോടൊപ്പം ലേഖികയും പ്രസ്തുത അവതരണങ്ങളിൽ പങ്കെടുത്തിരുന്നു.)

4

അഭിനയത്തിന്റെ യാഥാർത്ഥ്യം പ്രാചീന ആധുനിക അരങ്ങിൽ

സംസ്കൃത നാടകങ്ങളുമായും പാശ്ചാത്യ അരങ്ങുകളുമായും ബന്ധപ്പെട്ടു കിടക്കുന്ന ഇന്ത്യൻ നാടകവേദിയിൽ ബി സി മുതൽ സാഹിത്യത്തിൽ നാടകത്തെക്കുറിച്ചുള്ള ചർച്ചകൾ കാണാം. നായകാഭ്യുദയമാണ് ഇന്ത്യൻ നാടകവേദി മുന്നോട്ടുവെച്ചത്. അതിനു കാരണം നാട്യശാസ്ത്രം പുരുഷവീക്ഷണത്തിലാണ് എഴുതപ്പെട്ടത് എന്നതുതന്നെ. കാവ്യസങ്കല്പങ്ങളിലും അത് അങ്ങനെ തന്നെ. കവി, ആസ്വാദകൻ, പ്രേക്ഷകൻ, നടൻ അങ്ങനെ നീളുന്നു. എന്നാൽ, പാശ്ചാത്യ ദൃശ്യസങ്കല്പം ഒട്ടൊന്ന് വ്യത്യസ്തമാണ്. സ്ത്രീപ്രാധാന്യമുള്ള നാടകങ്ങൾക്കും നാടകസംരംഭങ്ങൾക്കും ഉദാഹരണമാണ് *ആന്റിഗണി*, *ക്ലിയോപാട്ര*, *മീഡിയ*, *ലേഡി മാക്ബെത്ത്*, *ജൊക്കാസ്ത* തുടങ്ങിയവ. ഇവയ്ക്കു പിന്നിലെ രാഷ്ട്രീയവും വ്യത്യസ്തമാണ്. പാശ്ചാത്യനാടകവേദിയും പുരുഷകേന്ദ്രിതമായിരുന്നെങ്കിലും സ്ത്രീക്ക് പ്രാധാന്യം നല്കിയ നാടകരചനകളും രചയിതാക്കളും അവതരണങ്ങളും അവിടങ്ങളിൽ നിലവിലുണ്ടായിരുന്നു. യൂറിപ്പിഡിസും, ഷേക്സ്പിയറും അവരുടെ നാടകങ്ങളും അതിന് ഉദാഹരണങ്ങളാണ്.

ഗ്രീക്ക് തീയേറ്ററുകളിൽ ആദ്യകാലത്ത് സ്ത്രീകഥാപാത്രങ്ങളെ സ്ത്രീകൾതന്നെയാണോ അവതരിപ്പിച്ചിരുന്നത് എന്നതിന് തെളിവില്ല. കാരണം പൊയ്ക്കാലുകളും പൊയ്മുഖങ്ങളുമായി അരങ്ങിലെത്തിയവരെ തിരിച്ചറിയുക പ്രയാസമായിരുന്നു. എങ്കിലും പാശ്ചാത്യ ലോകത്ത് അത്തരത്തിലൊരു അരങ്ങ് നിലനിന്നതിന് പരാമർശങ്ങളെങ്കിലും തെളിവായിട്ടുണ്ട്. നമ്മുടെ നാടകവേദിക്കാകട്ടെ അത്തരത്തിലൊന്ന് അന്യമാണ്. ഗ്രീക്ക് തീയേറ്റർ ഇന്നും നശിച്ചുപോകാതെയുണ്ട്. ഇന്ത്യയിൽ അത്തരത്തിലൊരു നാടകവേദിയുണ്ടായിരുന്നോ? ഉണ്ടെങ്കിൽ എങ്ങനെയുള്ള

നാടകങ്ങൾ അവതരിപ്പിച്ചു എന്നുള്ളതിനും അവയിൽ സ്ത്രീകൾ ഉണ്ടായിരുന്നോ എന്നുള്ളതിനും ഉത്തരങ്ങളില്ല. നമുക്ക് അറിയാവുന്നത് ക്ലാസിക്കൽ തീയേറ്ററിനെക്കുറിച്ചു മാത്രം, അത്തരം തിയേറ്ററുകളിലാകട്ടെ സ്ത്രീകൾ നിഷിദ്ധരും.

ബി സി കാലഘട്ടത്തിൽ കാളിദാസ ഭാസന്മാർ രംഗപ്രവേശം ചെയ്തു. അവരുടെ നാടകങ്ങളും അവർ ജീവിച്ചിരുന്നതായി പറയുന്ന കാലവും (എ ഡി 1–ാം നൂറ്റാണ്ട്) തമ്മിൽ ഇന്നും തർക്കങ്ങൾ നിലനില്ക്കുന്നു. ഭാസന്റെ നാടകങ്ങൾ സാമൂഹികപ്രസക്തങ്ങളായിരുന്നു. അതുപോലെതന്നെ നാട്യശാസ്ത്ര നിയമങ്ങൾക്ക് ഒരപവാദവും. ഭാസൻ തന്റെ ദശരൂപങ്ങളിൽ നാടകലക്ഷണം അനുസരിച്ചിരുന്നില്ല. അനുസരിച്ചിരുന്നെങ്കിൽ *ഊരുഭംഗവും കർണ്ണഭാരവും* ഉണ്ടാകുമായിരുന്നില്ല. അവ നാട്യശാസ്ത്ര ലക്ഷണങ്ങൾക്ക് വിരുദ്ധമാണ്. കാരണം മരണം, യുദ്ധം തുടങ്ങിയവ നാട്യ ശാസ്ത്രപ്രകാരം രംഗത്തവതരിപ്പിക്കാൻ പാടില്ല. ഇനി ഭാസനാടകങ്ങൾ എവിടെയാണ് അവതരിപ്പിച്ചിരുന്നത് എന്നതിനും തെളിവുകൾ ഒന്നും ലഭ്യമല്ല. ഭാസകാലഘട്ടം പരിശോധിക്കുമ്പോൾ കനിഷ്കന്മാരാണ് ഇന്ത്യയിൽ നാടകാവതരണത്തിന് തുടക്കം കുറിച്ചത് എന്ന് അനുമാനിക്കാം. ശാകുന്തളംതന്നെ സാഹിത്യത്തിൽ മാത്രമാണോ ഒതുങ്ങി നിന്നത് അതോ വേദികളിൽ അവതരിപ്പിക്കപ്പെട്ടിരുന്നോ എന്നതിനും അങ്ങനെയാണെങ്കിൽ തന്നെ സാഹിത്യപാഠത്തിൽനിന്ന് ദൃശ്യപാഠത്തിൽ എത്തിയപ്പോൾ അവിടെ സ്ത്രീകൾ അഭിനയിച്ചിരുന്നോ എന്നതിനും തെളിവില്ല. മണിപ്രവാളകൃതികളിൽ കാണുന്ന നൃത്തക്കാരികളും ദേവദാസികളും ഗണികകളും ജീവിച്ചിരുന്നതിനും നൃത്തം അവതരിപ്പിച്ചിരുന്നതിനും കൃത്യമായ തെളിവുകൾ ലഭ്യമാണ്. എന്നാൽ, അരങ്ങിലെത്തിയ സ്ത്രീകളെക്കുറിച്ച്, അഭിനേത്രികളെക്കുറിച്ച് കൃത്യമായ, വ്യക്തമായ തെളിവുകൾ ലഭ്യമല്ല. ഇതിൽനിന്നും പാശ്ചാത്യനാടകവേദിയെ അപേക്ഷിച്ച് നമ്മുടെ അരങ്ങിനെ പരിശോധിക്കുമ്പോൾ സാഹിത്യത്തിൽമാത്രം ജീവിച്ച, സ്ത്രീകഥാപാത്രങ്ങളുള്ള നാടകമാണ്, നാടകവേദികളാണ് നമുക്ക് ഉള്ളത് എന്ന വിശ്വാസത്തിൽ എത്തിച്ചേരേണ്ടിവരും. അല്ലാത്തപക്ഷം ആ അവതരണങ്ങൾ ഓർമ്മിപ്പിക്കുന്ന എന്തെങ്കിലും സൂചന ഉദാഹരണത്തിന് അരങ്ങിൽ ഉപയോഗിച്ചിരുന്ന ആടയാഭരണങ്ങൾ, രംഗോപകരണങ്ങൾ, അരങ്ങിനെക്കുറിച്ചുള്ള വിശദീകരണം, സാങ്കേതികതയെയും നടീനടന്മാരെയുംകുറിച്ചുള്ള പരാമർശം അങ്ങനെ എന്തെങ്കിലും ലഭിക്കണം. അതൊന്നും ലഭിക്കാത്ത അവസ്ഥയിൽ കേവല സാഹിത്യസൃഷ്ടിയിൽമാത്രം ഒതുങ്ങിനിന്ന കഥാപാത്രങ്ങളായിരുന്നു ശകുന്തളയും വാസവദത്തയെയും പോലുള്ള സ്ത്രീകഥാപാത്രങ്ങളെന്ന് വിശ്വസിക്കേണ്ടിവരുന്നു.

സംഗീതനാടകങ്ങളുടെ പാരമ്പര്യംകൂടി നിറഞ്ഞുനില്ക്കുന്ന ആദ്യകാല മലയാളനാടകവേദിയിൽ വേഷങ്ങളുടെ പ്രാധാന്യം, കഥാപാത്രങ്ങളുടെ പ്രത്യേകത എന്നിവ അനുസരിച്ച് പ്രത്യേകം പ്രത്യേകം പേരു

കൾ നല്കിയിരുന്നു. അങ്ങനെ രൂപംകൊണ്ട പദങ്ങളത്രെ രാജാപാർട്ട്, ബഫൂൺ പാർട്ട്, സ്പെഷ്യൽ പാർട്ട്, ഹെൽസെറ്റ് കൂട്ടത്തിൽ സ്ത്രീ പാർട്ടും. (സംഗീതനാടകചരിത്രം, ശ്രീകുമാർ) നാടകങ്ങളിലെ നായിക അടക്കമുള്ള സ്ത്രീകഥാപാത്രങ്ങളാണ് സ്ത്രീപാർട്ടിലൂടെ സൂചിപ്പിക്കപ്പെടുന്നത്. പക്ഷേ, ഇവിടെയും ആശ്വാസത്തിന് വകയില്ല. സ്ത്രീപാർട്ട് എന്ന പേരേയുള്ളു, പുരുഷന്മാർ തന്നെയാണ് സ്ത്രീവേഷവും കൈകാര്യംചെയ്യുന്നത്. നാടകം എന്ന കലാരൂപത്തിന് സാമുദായിക സ്വീകാര്യത വേണ്ടത്ര ലഭിക്കാതിരുന്നതും നടികളുടെ ദൗർല്ലഭ്യവുമാണ് ഇത്തരമൊരു അവസ്ഥയ്ക്ക് കാരണമെന്ന് പറഞ്ഞുവെച്ചാൽ പിന്നെ കൂടുതൽ അന്വേഷണങ്ങളോ ചർച്ചകളോ ഉണ്ടാകുന്നില്ല.

കേരളത്തിനെ അപേക്ഷിച്ച് പാർസി, മറാഠി നാടകങ്ങളിലും കേരളത്തിൽ ആദ്യമെത്തിയ തമിഴ് നാടകസെറ്റുകളിലും പ്രസിദ്ധരായ സ്ത്രീവേഷക്കാരുണ്ടായിരുന്നു. സ്ത്രീകഥാപാത്രങ്ങൾക്ക് സ്ത്രീകൾതന്നെ അരങ്ങിലെത്തിയപ്പോൾ കാഴ്ചയുടെ അനുഭവം മറ്റൊന്നായി. ഇതേത്തുടർന്നാണ് മലയാള നാടകവേദിയിൽ വർക്കല അമ്മുക്കുട്ടിയെപ്പോലുള്ള അഭിനേത്രികൾ കടന്നുവരുന്നത്.

അഭിനയത്തിന്റെ യാഥാർത്ഥ്യം- ആധുനിക അരങ്ങിൽ

സാഹിത്യത്തിൽ സ്ത്രീ ഉണ്ടെങ്കിലും അരങ്ങിന്റ ദൃശ്യപരിധിയിൽ എവിടെ നില്ക്കുന്നു എന്നത് അന്വേഷണാത്മകമാണ്. ഇന്ത്യൻ നാടകവേദി സംസ്കൃതനാടകവേദിയുമായി ബന്ധപ്പെട്ടുകിടക്കുന്നു. ബി സി മുതൽ നാടകത്തെക്കുറിച്ചുള്ള ചർച്ചകൾ സംസ്കൃത സദസ്സുകളിൽ ഉണ്ടായിരുന്നുവെങ്കിലും അവയുടെ വേദി കണ്ടെത്താനാവാത്തതും അനുഷ്ഠാനത്തിന്റെ ഭാഗമായല്ലാതെ വേദിയിൽ അവതരിപ്പിക്കപ്പെട്ട അത്തരത്തിലുള്ള നാടകങ്ങളുടെ തെളിവുകൾ ലഭിക്കാത്തതും ഇവ ക്ഷേത്രമതിൽക്കെട്ടിനകത്തും നാലുകെട്ടുകൾക്കകത്തും ആചാരാനുഷ്ഠാനങ്ങൾക്കും മാത്രമായി അവതരിപ്പിക്കപ്പെട്ടതാണെന്ന് വിശ്വസിക്കേണ്ടിവരുന്നു. ക്ഷേത്ര പാരമ്പര്യവുമായി ബന്ധപ്പെട്ടുകിടക്കുന്ന നമ്മുടെ അരങ്ങിൽ അതുകൊണ്ടുതന്നെ സ്ത്രീയുടെ അടയാളങ്ങളോ കാൽവെപ്പുകളോ രേഖപ്പെടുത്തി കാണുക പ്രയാസം.

എക്കാലവും ഏതൊരു മാധ്യമത്തിലും സ്ത്രീയുടെ അനുഭവലോകത്തെ വ്യക്തമായും കൃത്യമായും അവതരിപ്പിക്കാൻ സ്ത്രീക്കാണ് കഴിയുക. മാധവിക്കുട്ടിയും, സാറാജോസഫും, ഗ്രേസിയും മറ്റും എഴുതാതിരുന്നെങ്കിൽ ഈ ലോകത്തെക്കുറിച്ചുള്ള(സ്ത്രീ ചിത്തം) നമ്മുടെ അറിവ് എത്രയോ ദരിദ്രമാകുമായിരുന്നു എന്ന് അഭിപ്രായപ്പെടുന്ന എൻ പ്രഭാകരൻ സ്ത്രീകളുടെ രചനയിലെ സ്ത്രീസ്വത്വ പ്രസക്തിയാണ് ചൂണ്ടിക്കാണിക്കുന്നത്. അരങ്ങിലെ ദൃശ്യഭാഷയുടെയും പ്രത്യേകത ഇതുതന്നെയായിരിക്കണം. ഇതുതന്നെയാണ് പെണ്ണെഴുത്തിന്റെ ആദ്യ സവിശേഷത. അതിൽ പതിഞ്ഞു കിടക്കുന്നത് സ്ത്രീശരീരത്തിന്റെ മുദ്രയാണെന്നുവ

രാം. സ്വന്തം ശരീരത്തിന്റെ സവിശേഷതയെ ഒരു പരാധീനതയായി ക്കണ്ട് നിരാശപ്പെടുന്നതിനു പകരം സർഗ്ഗാത്മകതയുടെ ഉറവിടമായി കണ്ട് പ്രയോജനപ്പെടുത്താൻ ശീലിച്ചതിന്റെ 'ആഡ്രിയൻ റിച്ച്' ഫല മാണ് സ്ത്രീനാടകവേദികൾ. "സ്ത്രീയുടെ എഴുത്ത് അവളുടെ ശരീര ത്തിൽനിന്നാണ് വരുന്നത്, നമ്മുടെ ലൈംഗിക വ്യത്യാസം തന്നെയാണ് നമ്മുടെ സൃഷ്ടിയുടെ ഉറവ്" എന്നാണ് കരോളിൻ ജി ബർഗ്ഗിന്റെ അഭി പ്രായം. സ്ത്രീയുടെ അനുഭവലോകം പ്രേക്ഷകന്റെ മുന്നിൽ അരങ്ങി ലെത്തിക്കാൻ സത്യസന്ധമായതും ശക്തമായതും സ്ത്രീനാടകവേദിത ന്നെയാണ്. ഒരു സ്ത്രീതന്നെ സ്ത്രീയുടെ ലോകത്തെ വിവരിക്കുകയും വിശദീകരിക്കുകയും ചെയ്യുമ്പോഴാണ് അവളുടെ സ്വത്വം വെളിവാകു ന്നത്. അല്ലാതെ കാഴ്ചക്കാരന്റെ മനോനിലയിലൂടെയല്ല അതിന് യാഥാർത്ഥ്യം കൈവരുന്നത്.

അരങ്ങിലെ ഏറ്റവും നല്ല ഭാഷ ശരീരഭാഷയാണ്. സാഹിത്യത്തിൽ എന്നതുപോലെ അരങ്ങിലും സ്ത്രീക്ക് സ്ത്രീയുടേതായ ഭാഷ, രംഗ ഭാഷ ഒരുക്കാൻ കഴിയുമ്പോഴാണ് സ്ത്രീപക്ഷനാടകവേദി സമ്പന്നമാ കുന്നത്. സ്ത്രീപ്രമേയ നാടകങ്ങളുടെ സാഹിത്യത്തിലും അരങ്ങിലും പുരുഷൻ സ്വീകരിച്ചിരുന്ന രംഗഭാഷയെ മാറ്റിയെഴുതുകയാണ് സ്ത്രീപ ക്ഷനാടകവേദി ചെയ്യുന്നത്. തന്റെയുള്ളിലെ എല്ലാത്തരം ചിന്തകളെക്കു റിച്ചും ലൈംഗികതയെയും, മാതൃത്വത്തെയും, പ്രണയത്തെയും, മന സ്സിന്റെ കടിഞ്ഞാണറ്റ പാച്ചിലിനെയുംകുറിച്ചും പുതിയ അവബോധം ഉണ്ടാക്കിയെടുക്കാൻ 'ഇന്നതല്ല ഇതാണ് ഞാൻ, നിങ്ങൾക്ക് മുന്നിൽ നില്ക്കുന്ന പച്ചയായ സ്ത്രീയെന്ന്' പറയപ്പെടുന്ന അവസ്ഥയുണ്ടാക്കാൻ പുരുഷപ്രമേയങ്ങളെ സ്ത്രീകാഴ്ചപ്പാടിലൂടെ അവതരിപ്പിച്ചതുവഴി ഒരു പരിധിവരെ വിജയിച്ചു. സാഹിത്യത്തിൽ നിറഞ്ഞുനിന്ന ഈ വൈവി ദ്ധ്യത്തെയാണ് സ്ത്രീപക്ഷനാടകവേദി അരങ്ങിൽ പ്രതീക്ഷിച്ചതും രൂപം കൊടുത്തതും.

സംസ്കൃതനാടകങ്ങളുടെ കാലം മുതൽ അരങ്ങിൽനിന്ന് സ്ത്രീയെ മാറ്റി നിർത്തിയിരുന്നത് അവളുടെ ശാരീരികമായ ഘടനയെച്ചൊല്ലിയാ യിരുന്നു. സ്ത്രീശരീരം ഭോഗത്തിനും പ്രസവത്തിനും വേണ്ടി മാത്രം ഉരുവപ്പെട്ടതാണെന്ന വിശ്വാസം ഉറപ്പിച്ചെടുത്ത അവസ്ഥ. അതു പുറം ലോകം ദർശിക്കാൻ പാടില്ല. അടുക്കളക്കോണിലെ കരിപുരണ്ട പാത്ര ങ്ങളിൽ ക്ലാവിനോടും അഴുക്കിനോടും മത്സരിച്ചോടുക്കണമെന്ന വാശി. അതാണ് ക്ലാസിക്കൽ കലാരൂപങ്ങളുടെ അരങ്ങുകൾതൊട്ട് സംഭവിച്ചത്. ഇത്തരത്തിലുള്ള ശരീരഭയം സ്വന്തം ശരീരത്തെ വെറുക്കാനും അറ പ്പോടെ നോക്കാനും സ്ത്രീയുടെ അസ്വാതന്ത്ര്യത്തിന്റെ ചിഹ്നമായിക്കാ ണാനും അവളെ പ്രേരിപ്പിച്ചു. മറുവശത്ത് സ്ത്രീശരീരം ആഘോഷിക്ക പ്പെടുന്ന മണിപ്രവാളകൃതികളും കാവ്യങ്ങളും പുരുഷതൃഷ്ണയുടെ എല്ലാത്തരം അതിരുകളെയും ഭേദിച്ചുകൊണ്ടുമിരുന്നു.

ക്ലാസിക്കൽ കലാരൂപമായ കാലഘട്ടത്തിന്റെ കലയായ കഥകളി

തന്നെയെടുക്കാം. കഥകളിയുടെ അഭ്യസനത്തിൽനിന്നും അവതരണാഭിനയത്തിൽനിന്നും സ്ത്രീയെ അകറ്റി നിർത്തി. നീണ്ട കാലത്തെ പരിശീലനക്രമങ്ങൾ, അതിരാവിലെയുള്ള സാധകം അവൾക്ക് അസാദ്ധ്യമാണെന്ന് വരുത്തിത്തീർത്തു. സ്ത്രീയുടെ ആർത്തവകാലങ്ങളും ശാരീരിക പ്രശ്നങ്ങളും ഇവിടങ്ങളിൽ മുഴച്ചു നിന്നു. (വിദേശവനിതകൾ അനായാസം ഇന്നു പഠിച്ചുപോകുന്നത് ഇതിനപവാദവും)

ഏതൊരു കർമ്മം ചെയ്യുന്നതിനും കൃത്യമായ ശ്രദ്ധയും അർപ്പണമനോഭാവവും ആവശ്യമാണ്. അതുണ്ടാക്കിയെടുക്കലാണ് കലാരൂപങ്ങളുടെ അഭ്യസനത്തിലെയും പരിശീലനക്രമങ്ങളുടെയും ആദ്യപടി. അതിനാണ് മെയ്വഴക്കമുണ്ടാക്കുന്നത്. ഏതൊന്നും വളരെക്കാലം ശീലിച്ചുകൊണ്ടിരുന്നാൽ മനസ്സിന്റെ അഭാവത്തിലും ശരീരം പ്രവർത്തിക്കും. അത് തുറന്നാൽ അടയുന്ന വിജാഗിരിപോലെയാണ്. ആ സത്യം പക്ഷേ, സ്ത്രീകളുടെ അരങ്ങിലേക്കുള്ള പ്രയാണത്തിൽ മറച്ചുവെക്കപ്പെടുകയാണുണ്ടായത്. സംസ്കൃതനാടകങ്ങളുടെ അരങ്ങിൽ കൂടിയാട്ടം സ്ത്രീക്ക് നിഷിദ്ധമായിരുന്നില്ല. എന്നു മാത്രമല്ല സ്ത്രീകഥാപാത്രങ്ങളെ സ്ത്രീകൾതന്നെ രംഗത്ത് അവതരിപ്പിക്കുകയും പാട്ടുകാർക്കൊപ്പം ഏറ്റുപാടാനും താളം പിടിക്കാനും നങ്ങ്യാരമ്മമാർതന്നെ അരങ്ങിലെത്തുകയും ചെയ്തു. കഥകളി അഭിനയക്രമീകരണവും സമയവും ഏറ്റവും കൂടുതൽ ശ്രദ്ധയും വഴക്കവും ആവശ്യപ്പെടുന്നതുമാണ്. മുഖത്തെ ഓരോ അവയവത്തിലൂടെയും ഭാവമാറ്റങ്ങളെ അനായാസമാക്കി മാറ്റിയെടുക്കുന്നതിന് മുഖാഭിനയപഠനത്തിനും മുദ്രാചലനങ്ങളുടെ ചടുലതയ്ക്കും വ്യക്തതയും ദീർഘകാല പരിശീലനവും വേണം. ഇതിനാവശ്യമായ മെയ്വഴക്കത്തിനാണ് നീണ്ടകാലത്തെ ഉഴിച്ചിലും ചവിട്ടിത്തിരുമ്മലും പരിശീലനത്തിൽ ഉൾപ്പെടുത്തിയിരിക്കുന്നത്. സ്വതവേ പരുക്കനായ പുരുഷശരീരത്തിന് വഴക്കം സൃഷ്ടിക്കാൻ ഇത്തരം പരിശീലനം കൂടിയേ കഴിയൂ. എന്നാൽ, സ്ത്രീശരീരം സ്വതവേ വഴക്കമുള്ളതാണ്. ഇത്ര കഠിന പരിശ്രമം അവിടെ ആവശ്യം വരുന്നില്ല. അപ്പോൾ വഴക്കമില്ലാത്ത ഉറച്ച ശരീരത്തെ വഴക്കമുള്ളതാക്കിത്തീർക്കുന്നത് പാറയിൽ തെളിനീർ കണ്ടെടുക്കുന്നതു പോലെയും സ്ത്രീശരീരത്തെ അരങ്ങിൽനിന്ന് മാറ്റിനിർത്തുന്നത് തെളിനീരുറവകൾ മണ്ണിട്ടുമൂടുന്നതുപോലെയും ആണ്. കാരണം സ്ത്രീശരീരം എന്തുകൊണ്ടും കഥകളി അഭ്യസനത്തിനും അഭിനയത്തിനും അനുയോജ്യമാണ് എന്നതുതന്നെ. ഇവിടെ സ്വാഭാവികമായും എന്തുകൊണ്ട് കഥകളിയുടെ പഠനക്കളരി സ്ത്രീയെ അകറ്റി നിർത്തുന്നു എന്ന ചോദ്യമുയരാം. പക്ഷേ, ഉത്തരമില്ല. ഒക്കെയും മുൻപ് സൂചിപ്പിച്ചതുതന്നെ. സ്ത്രീപക്ഷ ചിന്തകൾ അരങ്ങിന്റെ ഈ പിന്നാമ്പുറങ്ങളിൽ നിന്നാണ് ഉയർന്നുവരുന്നത്. കഥകളിയുടെ അഭിനയത്തിൽ പ്രധാനം മുഖാഭിനയമാണ്. കൂടാതെ, ദീർഘനേരം നിന്നുകൊണ്ടുള്ള അവതരണവും. ഇവിടങ്ങളിൽ പരിശീലനകാലത്തെ മെയ്വഴക്കത്തിന്റെ ആവശ്യകത വേണ്ടിവരുന്നില്ല. നിത്യാഭ്യാസി ആനയെ എടുക്കും

എന്നതുപോലെ ആഗ്രഹവും അർപ്പണബോധവും ഉള്ള ഒരാൾക്ക് പരിശീലനത്തിലൂടെ ദീർഘനേരം അരങ്ങിൽ നില്ക്കാം. (ഇന്നതിന് തെളിവുകൾ ധാരാളം.) അപ്പോൾ മെയ്‌വഴക്കത്തിന്റെയും ചവിട്ടിത്തിരുമ്മലിന്റെയും മറ്റും കഥപറഞ്ഞ് സ്ത്രീയെ അകറ്റിനിർത്തുന്നത് ഏത് താല്പര്യത്തിന്റെ പുറത്തായിരിക്കും എന്നത് ആലോചിക്കേണ്ടി വരുന്നു. കാലഘട്ടത്തിന്റെ കാരണവപ്പിടിയിൽ നമുക്കിത്തരം ചോദ്യങ്ങളെ തർപ്പണം ചെയ്ത് സൂക്ഷിക്കേണ്ടി വരുന്നു. എന്നാലിന്ന് സ്വദേശികളേക്കാൾ വിദേശികളാണ് കേരളത്തിന്റെ മണ്ണിൽ കഥകളി അരങ്ങിൽ സ്വന്തം കലാവൈഭവത്തിന്റെ മാറ്റുരയ്ക്കുന്നത്. അക്കൂട്ടത്തിൽ വനിതകൾക്കൊരു കുറവും ഇല്ല. ഇവിടെ പഴയ ചോദ്യം വീണ്ടും ആവർത്തിക്കേണ്ടി വരും. ആർക്കുവേണ്ടിയാണ് പാരമ്പര്യത്തിന്റെ തനിമയിൽനിന്ന് മലയാളി സ്ത്രീത്വത്തെ അടർത്തിമാറ്റി അകറ്റി സൂക്ഷിച്ചിരുന്നത് എന്ന്.

സമൂഹത്തിന്റെ ഇത്തരം കാപട്യങ്ങൾക്ക് ആധുനിക സ്ത്രീപക്ഷ നാടകവേദി അപവാദമായി മാറുന്നു. സ്ത്രീകൾ തങ്ങളുടേതായ ശരീരഭാഷയിലൂടെ അരങ്ങിലെത്തുമ്പോൾ പുരുഷമൂല്യാധിഷ്ഠിത നാടകവേദിയും നാടകങ്ങളും അരങ്ങും ഒരുപോലെ അത്ഭുതപ്പെടുന്നു. സ്ത്രീപക്ഷനാടകവേദിയിലെ നാടകങ്ങളെ പതിയെപ്പതിയെ അംഗീകരിച്ചുതുടങ്ങിയ സമൂഹവും പണ്ഡിതപക്ഷവും പക്ഷേ, സ്ത്രീപക്ഷനാടകവേദിയിലെ പരീക്ഷണനാടകങ്ങളെയും നാടകവേദികളെയും (Experimental theatre) അംഗീകരിക്കാൻ ഇന്നും തയ്യാറല്ല. അവിടെ സ്ത്രീയുടെ രംഗഭാഷയും ശരീരഭാഷയും സർക്കസാണോ എന്നുചോദിച്ച് കളിയാക്കാൻ നില്ക്കുന്ന കാഴ്ചയാണ് ആധുനിക സ്ത്രീനാടകവേദിക്ക് അഭിമുഖീകരിക്കേണ്ടി വരുന്നത്. എന്നാൽ, ഇതിനെ അതിജീവിച്ച ചരിത്രമാണ് കേരളത്തിലെ സ്ത്രീപക്ഷനാടകവേദിയിലെ കൂട്ടായ്മയ്ക്കിന്നുള്ളത്.

5

പെൺമയുടെ അരങ്ങാട്ടം

അരങ്ങിൽ സ്ത്രീയുടെ ആത്മപ്രകാശനത്തിനും ഇടമുണ്ടെന്ന കണ്ടെത്തലാണ് സ്ത്രീപക്ഷനാടകവേദിക്ക് കാരണമായത്. ആധുനിക സ്ത്രീപക്ഷനാടകവേദി സ്വന്തമായൊരു ശരീരഭാഷ സൃഷ്ടിച്ചെടുക്കുന്നതിന്റെ തിരക്കിലാണ്. അരങ്ങിൽ കൈകെട്ടി നിന്ന് അഭിനയിക്കുന്ന കേവല സംഭാഷണ പ്രധാനമല്ല സ്ത്രീകഥാപാത്രങ്ങളുടേതെന്ന തിരിച്ചറിവിൽനിന്ന് സ്ത്രീക്ക് അരങ്ങിൽ സ്വന്തമായൊരു ശരീരഭാഷ സൃഷ്ടിച്ചെടുക്കാനുള്ള ഒരുക്കങ്ങൾ ആരംഭിച്ചുകഴിഞ്ഞു. പാശ്ചാത്യ നാടകവേദികളിൽ മൈമിന്റെ സാദ്ധ്യതകളെ ഉപയോഗപ്പെടുത്തിയുള്ള തീയേറ്റർ പരീക്ഷണങ്ങൾ വളരെ മുൻപുതന്നെ തുടങ്ങിയിരിക്കുന്നു. നമ്മുടെ നാടകങ്ങളിൽ അപൂർവ്വം എണ്ണത്തിൽ അത്തരം പരീക്ഷണങ്ങൾ കാണാം. കാരണം, ശരീരഭാഷ സംസാരഭാഷയേക്കാൾ കൂടുതൽ ശക്തവും ജീവസ്സുള്ളതുമാണ്. നിത്യജീവിതത്തിൽ നാം ഉപയോഗിക്കുന്ന ആംഗ്യഭാഷകളുടെ ശൈലീകൃതരൂപം ക്ലാസിക്കൽ തീയേറ്ററിൽ നാം കാണാറുണ്ട്. അവയുടെ പുത്തൻ സാദ്ധ്യതകളാണ് ഉടലുകൾകൊണ്ട് ആധുനിക തീയേറ്റർ പരീക്ഷിച്ചുകൊണ്ടിരിക്കുന്നത്. കളരിമുറകളും മറ്റ് അഭ്യാസരീതികളും ഇതിനായി ഉപയോഗിക്കുന്നുണ്ട്. വാക്കുകളേക്കാൾ ദൃശ്യത്തിന് കൂടുതൽ സംവദിക്കാൻ കഴിയും എന്നതുതന്നെ ഇതിനു കാരണം. അതുകൊണ്ടാണ് അരങ്ങിലെ ബോഡി ലാംഗ്വേജിന്റെ പ്രാധാന്യം കൂടുന്നത്.

സ്ത്രീപക്ഷനാടകവേദി മലയാളനാടകസാഹിത്യ ചരിത്രത്തിലെ വേറിട്ടൊരു ശബ്ദമാണ്. അതുപോലെയാണ് സ്ത്രീപക്ഷനാടകങ്ങളുടെ അരങ്ങും. ആദ്യകാല സ്ത്രീനാടകങ്ങളിൽനിന്ന് ആധുനിക സ്ത്രീപക്ഷനാടകവേദി ഏറെ മുന്നേറിയിരിക്കുന്നു. എക്കാലവും അരങ്ങ് പ്രതീ

ക്ഷിക്കുന്ന ടൈപ്പ് കഥാപാത്രങ്ങളിൽനിന്ന് (കുലീന സ്ത്രീ, അഹങ്കാരി, അസൂയക്കാരി) ആധുനിക അരങ്ങിൽ സ്ത്രീകഥാപാത്രങ്ങൾ സ്വാതന്ത്ര്യം നേടിയതിന്റെ തെളിവാണ് *ഏതോ ചിറകടിയൊച്ചകൾ* മുതൽ *പ്രവാചകയും*, *ബ്യൂട്ടിപാർലറും*, *മത്സ്യഗന്ധിയും*, *ആണുങ്ങളില്ലാത്ത പെണ്ണുങ്ങളും ലേബർറൂം*, *ഓരോരോ കാലത്തിലുമൊക്കെ* വ്യക്തമാക്കുന്നത്. നമ്രശിരസ്കയായ സ്ത്രീകഥാപാത്രങ്ങളോടൊപ്പം ആദ്യകാലത്ത് സുഭദ്രയെപ്പോലുള്ള(സി വി രാമൻപിള്ള) കഥാപാത്രങ്ങളും ഉണ്ടായിരുന്നു എന്നത് മറക്കാൻ കഴിയില്ല. എന്നാൽ, ഇരിപ്പിലും നടപ്പിലും നോട്ടത്തിലും സ്ത്രീ എന്ന ബോദ്ധ്യപ്പെടുത്തൽ അനിവാര്യമാകുന്ന കഥാപാത്രങ്ങളിൽനിന്ന് അരങ്ങിലെ സുഭദ്രകൾ സൃഷ്ടിക്കപ്പെട്ടു കഴിഞ്ഞു. അരങ്ങിലെ പെൺമയുടെ പുതിയ രൂപത്തിനും ഭാവത്തിനും ശരീരഭാഷയ്ക്കും ഏറ്റവും നല്ല ഉദാഹരണങ്ങളാണ് മുകളിൽപ്പറഞ്ഞ നാടകങ്ങൾ ഒക്കെയും.

അഭിനേത്രിയും ഏതോ ചിറകടിയൊച്ചയും

പുതിയൊരു നാടകസങ്കല്പത്തിനും രംഗഭാഷയ്ക്കും വേണ്ടിയുള്ള പെണ്ണരങ്ങിന്റെ കേരളത്തിലെ ആദ്യസംരംഭമാണ് അഭിനേത്രി. സിവിസുധി, ശ്രീലത കടവിൽ, സജിത മഠത്തിൽ എന്നിവർ ചേർന്ന് തിരുവനന്തപുരത്ത് രൂപംകൊടുത്ത സ്ത്രീനാടക പണിപ്പുരയായിരുന്നു *അഭിനേത്രി.* കൂത്താട്ടുകുളത്തുവെച്ച് കുടമാളൂർ സ്ത്രീപഠനകേന്ദ്രത്തിന്റെ ആഭിമുഖ്യത്തിൽ ഒത്തുചേർന്ന 15 ദിവസം നീണ്ടുനിന്ന സ്ത്രീസംഘടനകളുടെ തീയേറ്റർ വർക്ക്ഷോപ്പിന്റെ ചർച്ചകളിൽ പങ്കെടുത്ത (സി വി സുധി, ശ്രീലത, സജിത) മൂവർസംഘം അവിടെ നടന്ന ചർച്ചകളുടെയും പ്രവർത്തനങ്ങളുടെയും ഊർജ്ജം ഉൾക്കൊണ്ടാണ് സ്ത്രീപക്ഷനാടകവേദിക്ക് ശക്തമായ അരങ്ങൊരുക്കാൻ തയ്യാറാകുന്നത്. കുടമാളൂരിലെ പരിശീലന പദ്ധതിയുടെ പ്രമേയ പരിചരണം തന്നെ സ്ത്രീകളുടെ കഥയിലെ തനതു രീതികൾക്കായുള്ള കേരളത്തിലെ ആദ്യത്തെ സംരംഭമായിരുന്നു എന്നാണ് നാടകവും പ്രത്യയശാസ്ത്രവും എന്ന കൃതിയിൽ ഗ്രാമപ്രകാശ് അഭിപ്രായപ്പെടുന്നത്.

കൂടമാളൂരിലെ സ്ത്രീനാടകപഠന ക്യാമ്പിൽനിന്നുള്ള പ്രചോദനം ഉൾക്കൊണ്ട് രൂപപ്പെട്ട അഭിനേത്രിയുടെ പ്ലസ്പോയിന്റ് ഇവർ മൂവരും നാടകവിദ്യാർത്ഥിനികളായിരുന്നു എന്നതാണ്. സ്കൂൾ ഓഫ് ഡ്രാമയിൽ നിന്നു ലഭിച്ച നാടകപരിചയവും ദൃശ്യമാധ്യമങ്ങളിലെ അഭിനയ പാടവവും ശ്രീലതയുടെ കൈമുതലായപ്പോൾ സി വി സുധി ഡ്രാമാ സ്കൂളിന്റെ പരിചയത്തിലും സജിത മഠത്തിൽ രവീന്ദ്രഭാരതി യൂണിവേഴ്സിറ്റിയിലെ തീയേറ്റർ പഠനത്തിന്റെയും പാഠ്യേതര പ്രവർത്തനങ്ങളുടെ പിൻബലത്തോടെയും ഇത്തരത്തിൽ ഒരു സംരംഭത്തിൽ പങ്കുചേരുകയായിരുന്നു. അഭിനേത്രിയുടെ ആദ്യ അരങ്ങാണ് *ഏതോ ചിറകടിയൊച്ചകൾ.* ജി ശങ്കരപ്പിള്ളയുടെ (*ചിറകടിയൊച്ചകൾ*, *പെറ്റമ്മ*) രണ്ട് ഏകാ

ങ്കങ്ങളിലും കഥാപാത്രങ്ങളായ കുന്തിയും രാധയും കർണ്ണൻ എന്ന മകനുചുറ്റിലും കറങ്ങുന്ന നിസ്സഹായ ജീവിതങ്ങളായി അവതരിപ്പിക്കുകയായിരുന്നു. ഇതിലൂടെ വ്യത്യസ്തങ്ങളായ ഏകാങ്കങ്ങളെ കൂട്ടിവായിച്ചുകൊണ്ട് മാതൃത്വത്തിന്റെയും സ്ത്രീത്വത്തിന്റെയും ആഴങ്ങളിലേക്ക് സഞ്ചരിക്കുന്ന നാടകം രംഗാവതരണ പ്രത്യേകത കൊണ്ടു തന്നെ ശ്രദ്ധേയമായി എന്നു മാത്രമല്ല ചർച്ചാവിഷയമായിത്തീരുകയും ചെയ്തു.

അരങ്ങിലെ സ്ത്രീയുടെ ആത്മപ്രകാശനത്തിന്റെ കണ്ടെത്തലായ *ഏതോ ചിറകടിയൊച്ചകൾ* ആദ്യമായി അവതരിപ്പിക്കപ്പെട്ട തിരുവനന്തപുരം മ്യൂസിയം ആഡിറ്റോറിയം കടന്ന് ആധുനിക മലയാള സ്ത്രീപക്ഷനാടകവേദി ബഹുദൂരം മുന്നോട്ട് പോയിരിക്കുന്നു. സ്ത്രീസംഘടനാപ്രസ്ഥാനങ്ങളിലൂടെ തെരുവുനാടകങ്ങളിൽ തുടങ്ങിയ പെണ്ണരങ്ങ് ശക്തമായിരുന്നെങ്കിലും ഒരു മുഴുനീള തീയേറ്റർ പ്രൊഡക്ഷൻ എന്ന നിലയിൽ അരങ്ങിലെത്തിയ ആദ്യസ്ത്രീപക്ഷനാടകമാണ് *ഏതോ ചിറകടിയൊച്ചകൾ*. സി വി സുധി സംവിധാനം നിർവ്വഹിച്ച *ഏതോ ചിറകടിയൊച്ചകൾ* ശ്രീലതയും സജിതയും ചേർന്ന് തങ്ങളുടെ അഭിനയ മുഹൂർത്തങ്ങളാൽ സമ്പന്നമാക്കുകയായിരുന്നു.

അന്നുവരെയുള്ള അരങ്ങ് സ്ത്രീക്ക് കല്പിച്ചു നല്കിയിരുന്ന 'സ്ത്രീത്വാഭിനയത്തിന്' മാറ്റം വരുത്താനുള്ള ശ്രമമായിരുന്നു ഈ അരങ്ങിന്റേത്. വേദിയിൽ പൊട്ടിച്ചിരിക്കുകയും ശരീരംകൊണ്ട് തീവ്രഭാവനകൾ വഴങ്ങുമോ എന്ന് പരീക്ഷിക്കുകയും ചെയ്യുകയായിരുന്നു ഈ നാടകത്തിന്റെ ലക്ഷ്യം. മഹാഭാരതത്തെ ആസ്പദമാക്കിയുള്ള ഇതിവൃത്തത്തിൽ കർണ്ണന്റെ പെറ്റമ്മയും പോറ്റമ്മയും തമ്മിലുള്ള സംവാദമാണ്. ഇവരുടെ കണ്ടുമുട്ടൽ ഇതിഹാസം രേഖപ്പെടുത്താത്തതാണ്. (കുന്തി–ശ്രീലത, രാധ–സജിത) മൂല്യാധിഷ്ഠിത ഭാരതീയ സങ്കല്പത്തെ ചോദ്യം ചെയ്യുന്നത് കൂടിയാണീരംഗാവിഷ്കാരം.

കന്യകയ്ക്ക് പുല്ലിംഗം അന്വേഷിക്കുന്ന ആധുനിക സ്ത്രീത്വം വിവാഹത്തിനു മുമ്പ് ഗർഭം ധരിക്കുന്നത് അവിഹിതവും വിവാഹശേഷം ഭർത്താവിന്റെ ഷണ്ഡത്വത്തെ മറച്ചുവെക്കാൻ ഭർത്തൃസമ്മതിയോടെ അന്യപുരുഷനാൽ ഗർഭം ധരിക്കുന്നത് ദിവ്യത്വമെന്ന് പ്രസ്താവിക്കുന്ന ആചാര്യ സംസ്കാരത്തോട് കന്യകാത്വത്തിന്റെയും ചാരിത്ര്യത്തിന്റെയും പാതിവ്രത്യത്തിന്റെയും മാനദണ്ഡങ്ങളെക്കുറിച്ച് ചോദിക്കുമ്പോൾ പ്രേക്ഷകർ മാത്രമല്ല ആചാര്യ സംഹിതകളും സമൂഹവും ചോദ്യമുനയിലാകുന്നു. സ്ത്രീശരീരത്തിന്റെ ശുദ്ധിയും അശുദ്ധിയും നിർണ്ണയിക്കുന്ന പുരുഷാധീശ ധർമ്മശാസ്ത്രത്തെക്കുറിച്ചുള്ള അവിശ്വാസവും പരിഹാസവുമാണ് നാടകം പരോക്ഷമായി രേഖപ്പെടുത്തുന്നത്.

കന്യകാത്വം സംരക്ഷിക്കാൻ ആറ്റിലൊഴുക്കപ്പെട്ട കുഞ്ഞിനെ വളർത്തി വലുതാക്കിയ ഒരു പോറ്റമ്മയും പേറ്റുനോവിന്റെ പുണ്യത്തേക്കാൾ മാനാഭിമാനത്തിന് വിലകൊടുത്ത പെറ്റമ്മയും തമ്മിൽ കണ്ടുമുട്ടിയാൽ ഉണ്ടാകുന്ന സംവാദത്തിലൂടെ *ഏതോ ചിറകടിയൊച്ച*കളുടെ ഇതി

വൃത്തം വികസിതമാകുന്നു. സാമൂഹികമായി ഈ നാടകത്തെ പഠിക്കുമ്പോൾ രാധയുടെ ചോദ്യങ്ങളിൽ ഒരു ദളിത് സ്ത്രീത്വം മുഴച്ചു നില്ക്കുന്നു.

നാടകാരംഭത്തിൽ നാടകവേദിയിൽ വെളിച്ചം അരങ്ങിലെത്തുമ്പോൾ പ്രേക്ഷകർ കാണുന്നത് ശീർഷാസനത്തിൽ കാലുകൾ പരസ്പരം പിണച്ചുനില്ക്കുന്ന രണ്ടു സ്ത്രീകഥാപാത്രങ്ങളെയാണ്. ഇത്തരത്തിലൊരു രംഗഭാഷയിലൂടെ അരങ്ങിലെ സ്ത്രീശരീരഭാഷയുടെ പുത്തനുണർവ്വ് ബിംബകല്പന ചെയ്യുന്നു. പുരുഷകഥാപാത്രത്തിന് മികവും തെളിവും നല്കാനായി രൂപപ്പെടുത്തപ്പെട്ട അച്ചിൽ വാർത്ത വാർപ്പു മാതൃകകളായ സ്ത്രീകഥാപാത്ര സങ്കല്പത്തിന് നേരിട്ടുള്ള പ്രഹരംകൂടിയാണിത്. അരങ്ങിലെത്തിയ ആദ്യത്തെ സ്ത്രീയെ പകച്ചുനോക്കിയ സമൂഹം സ്ത്രീകളെ അരങ്ങിൽ കണ്ടില്ലെങ്കിൽ നാടകത്തിന് പൂർണ്ണതയില്ലെന്ന അവസ്ഥയിലെത്തി. എന്നാൽ, അപ്പോഴും രണ്ടു കഥാപാത്രങ്ങളുടെ സംഭാഷണങ്ങളിലൂടെ വികസിതമാകുന്ന ഒരു മണിക്കൂർ നീണ്ട നാടകം യാതൊരു വിരസതയുമില്ലാതെ പ്രേക്ഷകസദസ്സ് സ്വീകരിച്ചു എന്നത് അതിശയമാണ്. സമയത്തെ പരിഹസിക്കുന്ന 'ഗോദോയെ കാത്ത്' നാടകലോകത്ത് ഉണ്ടാക്കിയ പ്രക്ഷോഭത്തെപ്പോലെയാണ് സ്ത്രീപക്ഷ നാടകവേദിയുടെ ആദ്യനാടകമായ *ഏതോ ചിറകടിയൊച്ചകൾ* മലയാളനാടകലോകത്തും സൃഷ്ടിച്ചത്. രംഗവേദിയുടെ സാദ്ധ്യതകളായ സംഗീതം (ഷഹനാസ്, ചന്ദ്രൻ) ദീപവിതാനം (ഡി രഘൂത്തമൻ) രംഗസജ്ജീകരണങ്ങൾ തുടങ്ങിയവയിലൂടെ വലിയൊരു ലോകത്തെ പ്രേക്ഷകർക്ക് മുന്നിലവതരിപ്പിക്കാനും തടിപ്പലകകൾകൊണ്ട് നിർമ്മിച്ച ഒരടിപ്പൊക്കം വരുന്ന പ്ലാറ്റ്ഫോം, വാഴത്തടകൊണ്ടും കുരുത്തോലകൊണ്ടുമുള്ള രംഗസജ്ജീകരണങ്ങൾ, അരങ്ങിനു പിന്നിലെ കാലചക്രത്തിന്റെ രൂപം, വേദിയിൽ മുനിഞ്ഞു കത്തുന്നു മൺചെരാതും ഒക്കെച്ചേർന്ന് പുതിയൊരു രംഗഭാഷയൊരുക്കുകയായിരുന്നു അഭിനേത്രി ഇതിലൂടെ. കൂടാതെ കുന്തീദേവിയുടെയും സൂര്യന്റെയും പ്രേമം ചടുലമായ ചുവടുവയ്പ്പുകളിലൂടെ താണ്ഡവനൃത്തത്തിന്റെ ചലനങ്ങളിലൂടെ സജിതയും ശ്രീലതയും അവതരിപ്പിച്ചപ്പോൾ ഇതിഹാസനാടകത്തിലെ ഗൂഢപ്രേമത്തിന് പുതിയൊരു കാഴ്ചാനുഭവം സാദ്ധ്യമായി. നാടകത്തിലുടനീളം വളരെ അകലെനിന്നും കേൾക്കുന്നതായി അനുഭവപ്പെടുന്ന ചിറകടിയൊച്ച കഥാപാത്രങ്ങളുടെ മാനസികവ്യാപാരത്തെ വെളിപ്പെടുത്തുന്നതിനുമപ്പുറം പെൺമയുടെ അരങ്ങിലെ ഭാവിയിലേക്കുള്ള ചിറകടിയൊച്ചയായി.

കേരളത്തിലെ ഫെമിനിസ്റ്റ് പ്രസ്ഥാനത്തിന്റെ വളർച്ചയുടെ പശ്ചാത്തലത്തിൽ വേണം അഭിനേത്രിയെ വിലയിരുത്തേണ്ടത്. മലയാളനാടകവേദിയിൽ പ്രധാനമായും നടിയായിമാത്രം ഒതുങ്ങിനിന്ന സ്ത്രീകളുടെ പങ്കാളിത്തത്തെ സ്ത്രീയുടെമാത്രമായ രംഗഭാഷയിലേക്ക് പകർത്തിയെടുക്കുകയാണ് അഭിനേത്രി ചിറകടിയൊച്ചയിലൂടെ ചെയ്തത്. രംഗവേദി

യുടെ എല്ലാ സാദ്ധ്യതകളും ഉപയോഗിക്കാൻ കഴിഞ്ഞു എന്നത് ഈ നാടകത്തിന്റെ പ്രത്യേകതയാണ്. പ്രത്യേകിച്ച് മലയാളത്തിലെ ആദ്യത്തെ സമ്പൂർണ്ണ സ്ത്രീപക്ഷനാടകമെന്ന നിലയിൽ മുൻവിധികളോടെ പുരുഷൻ സൃഷ്ടിക്കുന്ന അരങ്ങിലെ സ്ത്രീബിംബങ്ങളുടെ പൊളിച്ചെഴുത്തായിരുന്നു *ചിറകടിയൊച്ചകൾ.*

അഭിനേത്രി തങ്ങളുടെ കന്നിസംരംഭത്തിന്റെ വിജയത്തിനുശേഷം പിന്നെയും ദീർഘകാലം സാമൂഹിക പ്രശ്നങ്ങളെ തെരുവുനാടകങ്ങളിലൂടെയും ലഘുനാടകങ്ങളിലൂടെയും അവതരിപ്പിച്ച് മുന്നോട്ടുപോയി. കാലക്രമേണ തുടർ വിദ്യാഭ്യാസവും തൊഴിൽ മേഖലയുമായി ബന്ധപ്പെട്ട് ഈ മൂവർ സംഘം മൂന്ന് വഴികളിലേക്ക് പിരിഞ്ഞു എങ്കിലും അവരുടെ നാടകാഭിനിവേശം കൈവിട്ടില്ല. ശ്രീലത സഞ്ചരിക്കുന്ന ലോകനാടകവേദിയായ ഫുഡ്സ്ബാന്റെ നാടകപര്യടനസംഘത്തോടൊപ്പവും സജിത ഉപരിപഠനത്തിനായി കൽക്കത്തയിലേക്കും സുധി ഡ്രാമാസ്കൂളിലേക്കും പോയി. ഇതു പക്ഷേ, മറ്റൊരു ശക്തമായ സ്ത്രീനാടകവേദിയുടെ തുടക്കത്തിനുവേണ്ടിയായിരുന്നു. അതാണ് ഇന്ന് കേരളത്തിൽ ശക്തമായി അരങ്ങുകൾ കണ്ടെത്തിയ നിരീക്ഷ സ്ത്രീനാടകപഠനകേന്ദ്രം.

നിരീക്ഷയും സ്ത്രീനാടകവേദിയും

1998 ൽ രൂപംകൊണ്ട നിരീക്ഷ സ്ത്രീനാടകപഠനകേന്ദ്രം തീയേറ്ററും എഡ്യൂക്കേഷനും എന്ന ആശയത്തിന്റെ ഭാഗമായിരുന്നു. അഭിനേത്രിയിലെ സുധിയും കോളേജ് അദ്ധ്യാപികയും സാമൂഹിക പ്രവർത്തകയുമായ രാജരാജേശ്വരിയും ചേർന്നാണ് നിരീക്ഷ രൂപീകരിക്കുന്നത്. നിരീക്ഷ മലയാളനാടകവേദിയിലെതന്നെ വളർന്നുകൊണ്ടിരിക്കുന്ന ഒരേയൊരു സ്ത്രീപക്ഷനാടകവേദിയും കൂടിയാണ്.

കോട്ടയത്ത് ഗ്രാമപ്രദേശത്തെ സമീപവാസികളെ പങ്കെടുപ്പിച്ചുകൊണ്ട് തുടങ്ങിയ നിരീക്ഷയുടെ നാടകപ്രവർത്തനം 1999 ൽ ഔദ്യോഗികമായി രജിസ്റ്റർചെയ്തു. ഇത് കേരളത്തിലെ സ്ത്രീനാടകവേദിയുടെ ശക്തമായൊരു മുന്നേറ്റമായി ചരിത്രത്തിൽ ഇടം നേടുകയായിരുന്നു. സ്ത്രീകൾക്കായി നിരവധി നാടക ക്യാമ്പുകളും പഠന പ്രവർത്തനങ്ങളും സംഘടിപ്പിച്ച നിരീക്ഷ കോട്ടയത്തുനിന്ന് പതിയെ തിരുവനന്തപുരത്തേക്ക് ചുവടുമാറി. പത്തുവർഷങ്ങൾ പിന്നിടുന്ന നിരീക്ഷയുടെ പ്രവർത്തനങ്ങൾ അരങ്ങിനെമാത്രം ചുറ്റിപ്പറ്റി നില്ക്കുന്നതല്ല. സമൂഹത്തിലെ എല്ലാത്തരം സ്ത്രീപ്രശ്നങ്ങളിലും ഇടപെട്ടുകൊണ്ട് അവർ നാടകമെന്ന ദൃശ്യമാധ്യമത്തെ പ്രയോജനപ്പെടുത്തുകയായിരുന്നു.

2002 ൽ ചെഷയർ ഹോമിലെ അന്തേവാസികളെ സംഘടിപ്പിച്ചുകൊണ്ട് അവതരിപ്പിച്ച *കനൽ പോട്* എന്ന നാടകം സൂര്യാഫെസ്റ്റിവെൽ പോലുള്ള വേദികളിലും അവതരിപ്പിക്കപ്പെട്ടു. എവിടെയും അരങ്ങ് സൃഷ്ടിക്കാനാവുമെന്ന (any space we can use as theatre space) പാശ്ചാത്യ സിദ്ധാന്തത്തിലാണ് നിരീക്ഷ ഉറച്ചു വിശ്വസിക്കുന്നത്. *കനൽ പോടി*

ലൂടെ സമൂഹത്തിലെ പിൻനിരയിൽ ഒഴിഞ്ഞു മാറിനിന്നവരെ ആത്മവിശ്വാസം നല്കി അരങ്ങിന്റെ മുൻനിരയിൽ എത്തിച്ച് കൈയടി നേടിയതിനുപിന്നിൽ ഒത്തിരി പരിശ്രമങ്ങൾ വേണ്ടിയിരുന്നതായി രാജരാജേശ്വരി തുറന്നു സമ്മതിക്കുന്നു. (രാജരാജേശ്വരി അഭിമുഖം) (അഭിനയനാടകപാഠത്തിലെ അംഗങ്ങളും ഈ പ്രയത്നത്തിൽ വളരെയധികം സഹായിച്ചു.) അതുപോലെ വയനാട് ആദിവാസി ഊരുകളിൽ സാക്ഷരത പ്രസ്ഥാനവുമായി ബന്ധപ്പെട്ട് ഊരുനിവാസികളായ പെൺകുട്ടികളെ സംഘടിപ്പിച്ച് അവരുടെ ഭാഷയായ ഇരുളഭാഷയിൽ *അച്ചരലോകം* എന്നർത്ഥം വരുന്ന നാടകം അവതരിപ്പിച്ചതിലൂടെ തീയേറ്ററിന്റെ രൂപത്തിനും ഭാവത്തിനും സ്ഥലവും ഭാഷയും ദേശവും ശാരീരിക വൈകല്യങ്ങളുമൊന്നും പ്രശ്നമല്ലെന്നു കണ്ടെത്തിയ നിരീക്ഷ മലയാളനാടകവേദിയിലെ സ്ത്രീപക്ഷ കൂട്ടായ്മയുടെ ശക്തമായ അരങ്ങ് സൃഷ്ടിച്ചെടുക്കുകയായിരുന്നു.

നിരീക്ഷയുടെ അരങ്ങിലെ ആദ്യനാടകം *കൂട്ടുകൃഷി*യായിരുന്നു. അതിനുശേഷമുള്ള ഒരു മുഴുനീള നാടകം *പ്രവാചക*യാണ്. *പ്രവാചക*യുടെ രചന രാജരാജേശ്വരിയും സംവിധാനം സുധിയുമായിരുന്നു. ഈ നാടകത്തിലൂടെ ആതിരയ്ക്ക് കേരളസംഗീതനാടക അക്കാദമിയുടെ മികച്ച നടിക്കുള്ള അംഗീകാരം ലഭിച്ചു. കനി, മാളു, സിജി പ്രദീപ്, ശിവകീർത്തി, സ്മിത, നീതു, ഹിമ, മേഘലത, രാജാവാര്യർ, രാകേഷ് ശർമ്മ, വിനോദ് മാർട്ടിൻ തുടങ്ങിയ നാടകലോകത്തെ സാന്നിദ്ധ്യങ്ങൾ *പ്രവാചക*യുടെ വിവിധ അവതരണങ്ങളിൽ അരങ്ങിൽ ഒന്നുചേർന്നു. കേരളത്തിനകത്തും പുറത്തും ദേശീയ അന്തർദ്ദേശീയ നാടകോത്സവങ്ങളിൽ *പ്രവാചക* അക്ഷരാർത്ഥത്തിൽ അരങ്ങിലെ ശരീരഭാഷയുടെ പുത്തൻ രംഗാവിഷ്കരണാനുഭവം സമ്മാനിച്ചു. ശരീരഭാഷയുടെ ഒരു പുതിയ പരീക്ഷണമായിരുന്നു *പ്രവാചക*. ഗ്രീക്ക് പുരാണ പശ്ചാത്തലത്തിലുള്ള ഇതിവൃത്തത്തിൽ രൂപപ്പെട്ടതാണ്. കസാൻട്ര പ്രവാചകയാണെങ്കിലും സമൂഹം അവളെ അംഗീകരിച്ചില്ല. അപ്പോളോ (സൂര്യദേവൻ) കസാൻട്രയെ മോഹിച്ചാണ് അവൾക്ക് പ്രവചിക്കാനുള്ള വരം നല്കിയത്. പക്ഷേ, കസാൻട്രാ പ്രണയം നിഷേധിച്ചതിനാൽ 'നിന്റെ പ്രവചനങ്ങൾ ജനം വിശ്വസിക്കാതെ പോകട്ടെ' എന്ന് ശാപത്തിന് ഇരയാകുന്നു. ഇത്തരമൊരു ഗ്രീക്ക് മിത്തിന്റെ സ്വീകരണത്തിലൂടെ എല്ലാക്കാലത്തും അധികാരത്തെയും സ്ത്രീ ശരീരത്തിന്മേലുള്ള കൈകടത്തലുകളെയും എതിർക്കുകയും സ്വന്തം സ്വാതന്ത്ര്യത്തെക്കുറിച്ച് പറയുകയും ചെയ്യുന്ന സ്ത്രീക്ക് നേരിടേണ്ടി വരുന്ന വെല്ലുവിളികളെയാണ് *പ്രവാചക*യിലൂടെ അവതരിപ്പിക്കുന്നത്.

ആധുനിക പരീക്ഷണനാടകത്തിനു വേണ്ട എല്ലാ സാങ്കേതിക സന്നാഹങ്ങളും ഒത്തുചേർന്ന സ്ത്രീപക്ഷനാടകമാണ് *പ്രവാചക*. ഗ്രീക്ക് കഥയേയും കഥാപാത്രങ്ങളേയും അധികരിച്ച് നടത്തിയ നാടകരചനയിൽ മനോഹരമായ രംഗസജ്ജീകരണങ്ങളും രംഗോപകരണങ്ങളും കഥാപാ

ത്രങ്ങളുടെ പ്രവേശനത്തോടും തിരോധാനത്തോടുമൊപ്പം വന്നു പൊയ്ക്കൊണ്ടിരുന്നു. നിശ്ചലമായതും നിരന്തരം ചലിച്ചുകൊണ്ടിരിക്കുന്നതുമായ രംഗോപകരണങ്ങൾ നിലനില്ക്കുന്ന വ്യവസ്ഥാപിത മൂല്യങ്ങളെയും അവയ്ക്കുമേൽ വന്നുപൊയ്ക്കൊണ്ടിരിക്കുന്ന പരിവർത്തനങ്ങളെയുമാണ് സൂചിപ്പിക്കുന്നത്. എത്രയെത്ര മാറ്റങ്ങൾ വന്നാലും പുരോഗമനപരമായ മാറ്റങ്ങൾ സമൂഹത്തിന്റെ വിവിധമേഖലകളിൽ സംഭവിച്ചാലും മാറാതെ നില്ക്കുന്ന മ്ലേച്ഛമായ ചിന്താഗതിക്ക് നമ്മൾ കീഴടങ്ങിയിരിക്കുന്നതായി *പ്രവാചക* വ്യക്തമാക്കുന്നു. കൃത്യമായ ശരീരഭാഷയ്ക്ക് പ്രാധാന്യം നല്കി രചിക്കപ്പെട്ട നാടകമാണിത്. പെണ്ണരങ്ങിലെ രംഗഭാഷയ്ക്ക് ശാരീരിക ചലനങ്ങളിലൂടെയും കളരിമുറകളിലൂടെയും പുതിയൊരുണർവ്വ് നല്കാനുള്ള ശ്രമമായിരുന്നു *പ്രവാചക*. അതിൽ നിരീക്ഷയിലെ അഭിനേത്രികളുടെ പരിശ്രമം വിജയിച്ചു എന്നു കാണാം. ഇതിവൃത്തം, സംവിധാനം, അഭിനയം, വേഷം, ചമയം ഇങ്ങനെ വിപുലമായ അർത്ഥങ്ങളിൽ സ്ത്രീപക്ഷനാടകവേദിയുടെ പുതിയ തലമുറയിലെ കൂട്ടായ്മയായിരുന്നു *പ്രവാചക* എന്ന രംഗാവിഷ്കാരം. കേരളത്തിനകത്തും പുറത്തുമായി ഏകദേശം പത്തിലധികം വേദികളിൽ *പ്രവാചക* അവതരിപ്പിക്കപ്പെട്ടു.

*പ്രവാചക*യ്ക്കു ശേഷം നിരീക്ഷ സ്ത്രീനാടകപഠനകേന്ദ്രം പിന്നെയും നിരവധി ചെറിയ ചെറിയ നാടകങ്ങളും സ്കിറ്റുകളും അവതരിപ്പിച്ചു. കൂടാതെ നാടകത്തിലെ സാങ്കേതികതകളെ അടുത്തറിയാൻ (ലൈറ്റിങ്, മ്യൂസിക്, സ്റ്റേജ്) ഉപകരിക്കുന്ന ടെക്നിക്കൽ വർക്ക്ഷോപ്പുകളും മറ്റും നടത്തിക്കൊണ്ടിരുന്നു. ഇത്തരം വർക്ക്ഷോപ്പുകളിൽ നാടകരംഗത്തെ പ്രമുഖർ പങ്കെടുത്തു. തുടർന്ന് *ആണുങ്ങളില്ലാത്ത പെണ്ണുങ്ങൾ* അവതരിപ്പിച്ചു. നിരീക്ഷയുടെ മൂന്നാമത്തെ മുഴുനീള നാടകമാണ് *ആണുങ്ങളില്ലാത്ത പെണ്ണുങ്ങൾ.* പ്രസ്തുത നാടകത്തിന്റെ സംവിധാനത്തിന് സി വി സുധി മികച്ച സംവിധാനത്തിനുള്ള അക്കാദമി അവാർഡ് നേടി. അതുപോലെ വസ്ത്രാലങ്കാരത്തിനും ചമയത്തിനുമുള്ള പുരസ്കാരങ്ങളും ഈ നാടകം സ്വന്തമാക്കി. നിരവധി അരങ്ങുകൾ കണ്ട ഈ നാടകത്തിൽ ടെക്നിക്കൽ വിഭാഗം കൈകാര്യം ചെയ്യുകയും അഭിനയിക്കുകയും ചെയ്ത സ്കൂൾ ഓഫ് ഡ്രാമയിലെ വിദ്യാർത്ഥികളുടെ പങ്ക് വളരെ വലുതാണ്. ഇതിന്റെ രചനയും രാജരാജേശ്വരിയാണ് നിർവ്വഹിച്ചിരിക്കുന്നത്. *പ്രവാചക*യിലെ ഏകകഥാപാത്ര പ്രാധാന്യത്തിൽനിന്ന് വ്യത്യസ്തമായി സമൂഹത്തിലെ വിഭിന്ന മനോഭാവക്കാരായതും മാനസികാവസ്ഥയുള്ളതുമായ അഞ്ച് സ്ത്രീകളിലൂടെ, അവരുടെ മാനസികവും ശാരീരികവും വൈകാരികവുമായ ചിന്തകളിലൂടെ സ്ത്രീയുടെ ശരീരത്തെയും ലൈംഗികതയെയും മാതൃത്വത്തെയും അടയാളപ്പെടുത്താൻ ശ്രമിക്കുന്ന നാടകം സമൂഹം സ്ത്രീക്ക് നല്കിയ ധാരണകളെ പൊളിച്ചു കാട്ടുന്നു. കന്യകാത്വം എന്നത് ഒരു ശാരീരിക അവസ്ഥമാത്രമാണ് എന്ന തുറന്നു പറച്ചിലിലൂടെ സ്ത്രീശരീരത്തിന്റെ സുന്ദരവും

ശക്തവുമായ യാഥാർത്ഥ്യത്തെ വെളിപ്പെടുത്തുന്നു. ഋതുഭേദങ്ങളും പ്രകൃതിയും സ്ത്രീയുടെ ശാരിരീകാവസ്ഥയോടും മാനസിക വ്യാപാരങ്ങളോടും എപ്രകാരം ചേർന്നു നില്ക്കുന്നു എന്നു പറയുന്നതോടൊപ്പം മാതൃത്വത്തിന്റെ വിലയും തീക്ഷ്ണതയും അനുഭവവേദ്യമാവുന്ന താരാട്ടിലൂടെ അവസാനിപ്പിക്കുന്നു.

സമൂഹത്തിന്റെ സ്ത്രീശരീരത്തിനു നേരെയുള്ള കൈകടത്തലുകളെ ധീരമായി നേരിടാൻ പ്രേരിപ്പിക്കുന്ന ഇതിവൃത്തം കന്യകയായിരിക്കുക എന്നതാണ് മഹത്തായ സ്ത്രീത്വമെന്ന കാഴ്ചപ്പാടിനെ പൊളിച്ചെഴുതുന്നു. ഏതുസമയവും സ്ത്രീശരീരം പുരുഷനാൽ ആക്രമിക്കപ്പെടാവുന്ന അവസ്ഥയിൽ ശക്തമായി പ്രതികരിക്കുകയാണ് വേണ്ടത് എന്നു പറയുന്ന കഥാപാത്രഘടന സ്ത്രീയുടെ ശാരീരികമായ അശക്തിയെ ശക്തിയായി കാണാൻ പ്രേരിപ്പിക്കുന്നു. ഒപ്പം പ്രകൃതിയും സ്ത്രീയും തമ്മിലുള്ള പ്രണയവും രണ്ടും ഒരേ ഋതുഭേദങ്ങളിലൂടെ, മാനസികവിചാരങ്ങളിലൂടെ കടന്നുപോകുന്നതായി പറയുന്നു.

നിഴലുകളുടെ മണം, എന്ന ലഘുനാടകമാണ് നിരീക്ഷയുടെ അടുത്ത സംരംഭം. പ്രസ്തുത നാടകത്തിന് സംഗീതനാടക അക്കാദമിയുടെ ലഘുനാടകമത്സരത്തിൽ മൂന്നാം സ്ഥാനം ലഭിച്ചു. ഇനി ഈ സ്ത്രീനാടകപഠനകേന്ദ്രം അരങ്ങിലെത്തിക്കാൻ തയ്യാറാകുന്നത് 'ട്രോൾ' ആണ്. പുത്തൻ സാങ്കേതിക ലോകത്തിലെ സൈബർ മെസേജുകളുടെ പശ്ചാത്തലത്തിൽ തയ്യാറാക്കപ്പെടുന്ന പ്രസ്തുത നാടകത്തിനായി മലയാള നാടകവേദിക്കും മലയാളസ്ത്രീപക്ഷനാടകവേദിക്കും ഒരുപോലെ കാത്തിരിക്കാം.

തീയേറ്റർ പരിസരങ്ങളെയും തീയേറ്റർ പഠനങ്ങളെയും സാങ്കേതികതയെയും അഭിനയത്തെയും സർവ്വോപരി നാടകമെന്ന ദൃശ്യകലയെത്തന്നെയും വളരെയധികം ഗൗരവത്തോടെയും ഉത്സാഹത്തോടെയും കാണുന്ന ഒരു സംഘം അഭിനേത്രികളും നാടകപ്രവർത്തകരും നിരീക്ഷ സ്ത്രീനാടക പഠനകേന്ദ്രത്തിന്റെ കരുത്തും ഉത്സാഹവുമാണ്. റീന, ആതിര, മാളു, കനി, സിജി പ്രദീപ്, ഹിമശങ്കർ, ശിവകീർത്തി, അശ്വതി, സ്മിത പി, സുരഭി, ഗ്രീഷ്മ കൃഷ്ണ, ഷീബ ആജ്ഞ, അമൃത, മേഘലത, നീതു ഇങ്ങനെ നിരവധിപേർ പല കാലങ്ങളിൽ നിരീക്ഷയോടൊപ്പം ചേർന്ന് അരങ്ങുകൾ സജീവമാക്കുകയും മറ്റുപ്രവർത്തനങ്ങളിൽ പങ്കെടുക്കുകയും ചെയ്യുന്നു. ഇന്ന് നിരീക്ഷയ്ക്ക് സ്വന്തമായൊരു നാടകപരിശീലനക്കളരിയും സ്റ്റേജുമുണ്ട്. നാടകപ്രവർത്തനങ്ങൾക്കും പരിശീലനത്തിനും സ്ഥലം കണ്ടെത്തുക എന്ന വെല്ലുവിളിക്കും ഈ സ്ത്രീപക്ഷ നാടക കൂട്ടായ്മ ഉപാധി കണ്ടെത്തിക്കഴിഞ്ഞു. കുറച്ചുനാളുകൾക്കു ശേഷം സജീവമായ പ്രവർത്തനങ്ങൾ തങ്ങളുടെ സ്വന്തം സ്റ്റേജിൽ നടത്താൻ കഴിയുമെന്ന വിശ്വാസത്തിലാണ് ഇപ്പോഴീ സംഘം.

6

ആധുനിക അരങ്ങിലെ ദേവദൂതികൾ

അരങ്ങിലെ ശക്തരായ എഴുത്തുകാരികളായിരുന്ന തോട്ടയ്ക്കാട് ഇക്കാവമ്മ, കുട്ടിക്കുഞ്ഞുതങ്കച്ചി, ലളിതാംബിക അന്തർജ്ജനം എന്നിവർക്കു പിന്നാലെ ആധുനിക നാടകവേദിയിലെത്തിയ സരസ്വതിയമ്മമാരാണ് സജിത എം, ശ്രീജ കെ വി, രാജരാജേശ്വരി, മിനി, ദിവ്യ, ശൈലജ, ശ്രീലത തുടങ്ങിയവർ. നാടകരചനയും അവതരണവും അഭിനയവും സംവിധാനവുമെല്ലാം തങ്ങൾക്ക് കഴിയുമെന്ന് തെളിയിച്ചവർ. കൂട്ടത്തിൽ ആദ്യമായി സ്വയമൊരു ഏകാംഗാവതരണം രചനയും സംവിധാനവും നിർവ്വഹിച്ച് അഭിനയിച്ചവതരിപ്പിച്ചത് എം സജിതയാണ്. ഒരു സ്ത്രീ മലയാളനാടകവേദിയിൽ നാടകത്തിന്റെ എല്ലാ മേഖലയിലും ഏർപ്പെട്ടുകൊണ്ടവതരിപ്പിച്ച ആദ്യ സംരംഭമായിരിക്കും ഒരുപക്ഷേ, *മത്സ്യഗന്ധി* (ഇതിനു മുമ്പ് *ബ്യൂട്ടിപാർലർ* എന്ന ഏകാംഗം ശ്രീനാഥിന്റെ രചനയിലും സംവിധാനത്തിലും അവതരിപ്പിച്ചിരുന്നു).

കേരള ശാസ്ത്രസാഹിത്യ പരിഷത്ത് അവതരിപ്പിച്ച തെരുവുനാടകങ്ങളിലൂടെ തീയേറ്റർ രംഗത്തേക്ക് കടന്നുവന്ന് പത്തുവർഷത്തിലേറെ മലയാള നാടകരംഗത്ത് സജീവ സാന്നിദ്ധ്യമായ സജിത കേരളത്തിലെ ആദ്യ സ്ത്രീനാടകവേദിയുടെ അമരക്കാരിലൊരാളാണ്. (*അഭിനേത്രി–ചിറകടിയൊച്ചകൾ.*) തുടർന്നും നിരവധി നാടകങ്ങളിൽ സർഗ്ഗാത്മകമായ ഇടപെടലുകൾ നടത്തിയ സജിതയുടെ *മത്സ്യഗന്ധി* നിരവധി അരങ്ങുകളിൽ അവതരിപ്പിക്കപ്പെട്ടു.

അരങ്ങിൽ തൂങ്ങിക്കിടക്കുന്ന മീൻവലയിൽ കുടുങ്ങിയ കുഞ്ഞുമീനുകളും നക്ഷത്രങ്ങളും ആധുനികതയുടെ ആഗോളീകരണത്തിൽ ദിശയറിയാതെ ശ്വാസംമുട്ടുന്ന സമൂഹത്തിന്റെ ഭാവിയുടെ സ്വപ്നമാണ്. വേദിയുടെ ഇടതുവശത്തായി കടൽമണ്ണുകൊണ്ടുണ്ടാക്കിയെടുത്ത ഒരു ആൺമുഖം, തകര ടിന്നുകൊണ്ടുണ്ടാക്കിയ വിളക്ക്, അലൂമിനിയത്തിന്റെ വലിയ മീൻകൊട്ടക തുടങ്ങി രംഗോപകരണങ്ങളിലൂടെ കടൽപ്പുറത്തിന്റെ

സന്തതികളായ അരയത്തിമാരുടെ ജീവിതത്തെ തുറന്നു കാട്ടുന്ന രംഗാവതരണം. അരയത്തിയുടെ ആഗ്രഹങ്ങളുടെയും പ്രതീക്ഷകളുടെയും മേലുള്ള കെട്ടുപാടുകളായിട്ടാണ് മീൻവലയെ ചിത്രീകരിക്കുന്നത്. സ്വപ്നവും യാഥാർത്ഥ്യവും തമ്മിൽ കുഴഞ്ഞു മറിഞ്ഞു സൃഷ്ടിക്കുന്ന മുക്കുവത്തിയുടെ ബോധ അബോധതലങ്ങളിൽ തന്റെ പ്രതീക്ഷയുടെ മേൽ പതിച്ച മീൻവലയിൽ കുടുങ്ങി ശ്വാസം മുട്ടി മുങ്ങിപ്പൊങ്ങുമ്പോൾ കാണുന്നത് അകന്നുപോകുന്ന കപ്പലും ചത്തുമലച്ച മീനുകളുമാണ്. ഭാവിയിലേക്ക് വളർന്നെത്തുംമുമ്പ് കടയ്ക്കൽ കത്തിവെക്കുന്ന ആഗോളീകരണത്തിന്റെ വ്യക്തമായ ചിത്രം, ഒരേ സമയം ഗുണപരവും അപകടകരവുമായി തീരുന്ന പുരോഗതിയുടെ വഴി ആശങ്കയോടെ നോക്കിക്കാണുന്നു. മീൻനാറ്റത്തെ മത്സ്യഗന്ധമാണെന്ന് പറഞ്ഞ് ഇതിഹാസകഥാപാത്രങ്ങളിലൂടെ അവതരിപ്പിച്ച (ഇതിഹാസത്തിലെ *മത്സ്യഗന്ധിയും പരാശരമുനിയും*) ആധുനിക മത്സ്യഗന്ധിമാർക്ക് സംഭവിച്ചുകൊണ്ടിരിക്കുന്ന ദുരന്തത്തെ ഓർമ്മപ്പെടുത്തുന്നു. ഒപ്പം സമൂഹത്തിന്റെ പകൽ മാന്യതയുടെ പൊള്ളത്തരത്തെയും പൊളിച്ചു കളയുന്നു.

ട്രോളർ ബോട്ടുകളുടെ അതിപ്രസരം, യന്ത്രവൽക്കൃത ഫാക്ടറികളുടെ ആഗമനം, മത്സ്യബന്ധനം തടസ്സപ്പെടുന്നതിലെ ആശങ്ക, കടൽ നഷ്ടപ്പെടുന്നതിലെ തീവ്രദുഃഖം, മത്സ്യത്തൊഴിലാളികളോട് കാട്ടുന്ന സമൂഹത്തിന്റെ അവഗണന ഇങ്ങനെ യാഥാർത്ഥ്യത്തിന്റെ പലതരം ഭാവപ്രകടനങ്ങളിലൂടെ, വർത്തമാനത്തിന്റെ കാഴ്ചയിലൂടെ, അരങ്ങിന്റെ മുഴുവൻ സാദ്ധ്യതയും ഉപയോഗിച്ച് നിർവ്വഹിക്കപ്പെട്ട *മത്സ്യഗന്ധി*യുടെ രചനയും അവതരണവും ഏറെ ശക്തമായ സ്ത്രീപക്ഷനാടകത്തിന്റേതാണ്. മുക്കുവത്തി മുടിയഴിച്ചിട്ടാൽ കടൽ കോപിക്കുമെങ്കിൽ അങ്ങനെയെങ്കിലും ട്രോളർ ബോട്ടുകളും വിദേശക്കപ്പലുകളും മറിഞ്ഞുപോകട്ടെ എന്നാശ്വസിക്കുന്നു. ജീവിക്കാനായി മീൻകൊട്ട തലയിലേറ്റിയ തനിക്കല്ല സമൂഹത്തിലെ മുഖം മൂടിയിട്ട മാന്യതയ്ക്കാണ് മീൻനാറ്റമെന്ന് പരസ്യമായി പ്രഖ്യാപിക്കുന്ന നാടകം അരയത്തിയുടെ മീൻകൊട്ടയിൽ നിന്നല്ല എല്ലാം സഹിച്ച കടലിൽനിന്നാണ് മത്സ്യത്തിന്റെ ചീഞ്ഞനാറ്റമെന്ന് പറയുന്നതിലൂടെ ധാർമ്മിക മൂല്യങ്ങൾ നശിച്ച സമൂഹത്തെയാണ് അവതരിപ്പിക്കുന്നത്. നിരവധി ബിംബകല്പനകളിലൂടെ വർത്തമാന സമൂഹത്തിൽ ഉപയോഗശൂന്യമായ വൃത്തികെട്ട മനഃസ്ഥിതികളെ തുറന്നു കാട്ടുന്ന നാടകം സ്ത്രീപക്ഷനാടകവേദിയുടെ രംഗഭാഷയിലും പ്രമേയാവതരണത്തിലെയും പുത്തൻ ഉണർവ്വാണ്.

ശ്രീജ കെ വിയുടെ നാടകങ്ങൾ

പുതിയ തലമുറയിലെ സ്ത്രീനാടക രചയിതാക്കളിൽ ശ്രദ്ധേയമായ ശ്രീജ കെ വിയുടെ *ഓരോരോ കാലത്തിലും* 1999 ലെ കേരള സംഗീത നാടക അക്കാദമിയുടെ അമച്വർ നാടക മത്സരത്തിൽ നല്ല രചനയ്ക്കുള്ള അവാർഡും 2003 ൽ ചെറുകാട് അവാർഡും നേടി. കൂടാതെ *കല്യാണസാരി, ലേബർറൂം, കലംകാരിയുടെ കഥ, പരേതാത്മാവിന്റെ സാരോപദേശം* തുടങ്ങിയ നാടകങ്ങളും വിവിധവേദികളിൽ അവതരിപ്പിക്കപ്പെട്ടു. സംവിധായിക എന്ന നിലയിലും അഭിനേത്രി എന്ന നിലയിലും തന്റെ

കഴിവും സ്ഥാനവും തെളിയിച്ച ശ്രീജ ആറങ്ങോട്ട്കര (തൃശ്ശൂർ) നാടക സംഘത്തിലൂടെയാണ് തന്റെ നാടകങ്ങളെ അരങ്ങിലെത്തിച്ചത്.

ഓരോരോ കാലത്തിലും ചരിത്രത്തിൽ ഇന്നും ചോദ്യചിഹ്നമായി അവശേഷിക്കുന്ന കുറിയേടത്ത് താത്രിയുടെ സ്മാർത്ത വിചാരത്തിന്റെ പശ്ചാത്തലത്തിൽ രചിക്കപ്പെട്ടതാണ്. *ഓരോരോ കാലത്തിലും* ഗ്രന്ഥ കാരി വളർന്ന സാഹചര്യത്തിലും കുട്ടിക്കാലത്തെ കഥകളിലും നിറഞ്ഞ് നിന്ന താത്രിക്കുട്ടിയെ വളർന്ന പെണ്ണറിവിൽ നിന്നുകൊണ്ട് രംഗപാഠ മാക്കിത്തീർക്കുകയാണ് ചെയ്തത്. ചരിത്രത്തിന്റെ യാഥാർത്ഥ്യവും കാല്പനികതയുടെ വിരൽ സ്പർശവുമുള്ള നാടകത്തിന്റെ രചന ദൃശ്യ ഭാഷയ്ക്ക് പുതിയ ഭാവം സൃഷ്ടിക്കുന്നു. വാൻഗോഗിന്റെ ചിത്രങ്ങളി ലൂടെയും പ്രണയത്തിലൂടെയും സഞ്ചരിക്കുന്ന നാടകം ഭൂതത്തിൽനിന്ന് ഭാവിയിലേക്കും അവിടെനിന്ന് വർത്തമാനത്തിലേക്കും എത്തി അത്ഭുത പ്പെട്ടു നില്ക്കുന്നു. വിസ്തരിക്കാതെ പോയ അറുപത്തഞ്ചാമന്റെ ലക്ഷ ണങ്ങളിൽ തിളങ്ങിനില്ക്കുന്ന രാജമുദ്ര താത്രിയിൽ പരിഹാസവും സ്ത്രീ കഥാപാത്രങ്ങളുടെ മൂല്യസങ്കല്പത്തിൽ സ്വത്വം മറന്ന സ്ത്രീത്വത്തിന്റെ ശക്തിയെയും ധൈര്യത്തെയും രേഖപ്പെടുത്തുന്നു.

ലേബർറൂം

സ്ത്രീക്ക് മാത്രം അനുഭവവേദ്യമാകുന്ന സത്യമാണ് പേറ്റുനോവ്. വീർത്ത വയറിനുള്ളിലെ ജീവന്റെ തുടിപ്പിനൊപ്പം മായക്കാഴ്ചകളിലേക്കും ഭാവിയിലേക്കും ഇഴഞ്ഞ് സഞ്ചരിക്കുന്ന ഗർഭിണിയുടെ ചിന്തകളിലേക്കും ആശങ്കകളിലേക്കും വെളിച്ചം വീശുന്ന *ലേബർ റൂം* കലാവിഷ്കാരത്തി നുതകുന്ന അനുഭവമോ മൂല്യമോ പേറ്റുനോവിന് ഉണ്ടോ എന്ന് ഒരു നിമിഷം സംശയിക്കുന്നു. എന്നാൽ, പിറവിയുടെ രഹസ്യത്തെ അരങ്ങിനു മുന്നിൽ വെളിപ്പെടുത്തുന്ന ആത്മാവിഷ്കാരമായി നാടകം മാറുന്നു. പെണ്ണിന്റെ ലൈംഗികാനുഭവങ്ങളേയും പ്രസവാനുഭവങ്ങളേയും മൂടി സൂക്ഷിക്കുന്ന സമൂഹത്തിൽ പേറ്റുനോവ് എത്രമാത്രം കഠിനവും അതു പോലെ ആഹ്ലാദവുമാണെന്ന് തുറന്നുകാട്ടുന്നതോടൊപ്പം ഏറ്റവും വലിയ വേദനയും കാത്തിരിപ്പും അനുഭവവേദ്യമാകുന്ന സൃഷ്ടിയുടെ മഹത്തായ സർഗ്ഗപ്രക്രിയയായി അനുഭവിപ്പിക്കുകയാണ് പ്രസ്തുത നാടകം.

ഏതൊരു പെണ്ണിനെയും കാത്തിരിക്കുന്ന വൈകാരികമായ ഒറ്റപ്പെ ടൽ, അരക്ഷിതാവസ്ഥ, പിരിമുറുക്കം, വേദന, തിരിച്ചറിവുകൾ എന്നി ങ്ങനെ അനുഭവത്തിൽ നിന്നുമാത്രം അറിയുന്ന ഗൂഢസത്യങ്ങളുടെ വെളി പ്പെടുത്തലാണീ നാടകം. ആറങ്ങോട്ട് സംഘം അരങ്ങിലെത്തിച്ച ഈ നാടകം ഒരു പെണ്ണെഴുതി എന്നതിലപ്പുറം സ്ത്രീകൾമാത്രം രംഗത്തു വരുന്നു എന്നതും ശ്രദ്ധേയവും വ്യത്യസ്തവുമാകുന്നു. പേറ് കഴിഞ്ഞ ഒരുവൾ, പേറിന് തൊട്ട് മുൻപിലെത്തി നില്ക്കുന്ന രണ്ടുപേർ, ജീവിത ത്തിന്റെ പരുക്കൻ യാഥാർത്ഥ്യങ്ങളിൽനിന്ന് രണ്ടുപേരോടും രണ്ടുവിധ ത്തിൽ പെരുമാറുന്ന നേഴ്സ്, സ്വജീവിതത്തിന്റെ ഗതികേടുകളിൽ അലിവു കാട്ടുന്ന അറ്റന്റർ, പ്രവൃത്തിയോട് പ്രതിബദ്ധതയുള്ള ലേഡി ഡോക്ടർ എന്നിവരാണ് അരങ്ങിലെത്തുന്നത്. കൂടാതെ തികച്ചും യാഥാർത്ഥ്യമെന്നു തോന്നുന്ന രംഗസജ്ജീകരണങ്ങളും കട്ടിലുകൾ, ഗ്ലൂക്കോസ് കുപ്പി, ബ്ലഡ്

ബോട്ടിൽ, ഓക്സിജൻ സിലിണ്ടർ, സ്ട്രച്ചർ ഇങ്ങനെ അരങ്ങു മൊത്തത്തിൽ ഒരുവളുടെ പ്രസവത്തിനൊരുങ്ങുന്ന കാഴ്ചയാണ് *ലേബർ റൂം* അണിയിച്ചൊരുക്കുന്നത്. നിലനില്ക്കുന്ന ദൃശ്യമൂല്യങ്ങൾക്കു മേലുള്ള ചോദ്യം ചെയ്യൽകൂടിയാണ് വിപ്ലവാത്മകമായ ഈ അവതരണം. നിലവിലുള്ള സൗന്ദര്യവല്ക്കരണ ചിന്തകളെ പൊളിച്ചെഴുതുന്ന ഇതിവൃത്തഘടന ഒരു സ്ത്രീക്ക് മാത്രം രചിക്കാൻ കഴിയുന്നതും അവതരിപ്പിക്കാൻ കഴിയുന്നതുമാണ്. സമൂഹത്തിന്റെ നന്മതിന്മകളെ സർഗ്ഗപരമായും ലിംഗപരമായും വേർതിരിച്ച് അടയാളപ്പെടുത്താനും അത് ശ്രമിക്കുന്നു. സ്ത്രീശരീരത്തിന്റെ ഏതുതരം കാഴ്ചയേയും അനുഭവത്തേയും കച്ചവടമൂല്യത്തിനായി അവതരിപ്പിക്കുന്ന മാധ്യമ സംസ്കാരത്തിനുള്ള തിരിച്ചടികൂടിയാണ് അരങ്ങിന്റെ ദൃശ്യപരതയിൽ *ലേബർറൂം* നല്കുന്ന കാഴ്ചാനുഭവം.

കല്യാണസാരി

ദാരിദ്ര്യവും, തൊഴിലില്ലായ്മയുംകൊണ്ട് പൊറുതി മുട്ടുന്ന ഒരു ഇടത്തരം കുടുംബത്തിൽ കുടുംബപാരമ്പര്യം മുറുകെ പിടിച്ചുകൊണ്ട് മാമൂലുകൾക്കും വിശ്വാസങ്ങൾക്കും അകത്ത് ശ്വാസംമുട്ടുന്ന യാഥാസ്ഥിതിക കുടുംബപശ്ചാത്തലത്തിൽ രചിക്കപ്പെട്ടതാണ് *കല്യാണസാരി*. പട്ടിണി കിടന്നു ചാകുന്നതിലും നല്ലത് കുടുംബ പാരമ്പര്യത്തിന്റെ പൊങ്ങച്ചത്തെയും തറവാട്ടുമഹിമയെയും മാറ്റി നിർത്തി പണിയെടുത്തു ജീവിക്കുക ആണെന്ന ആശയമാണ് മുന്നോട്ടുവെക്കുന്നത്. 'സുശീല' എന്ന കേന്ദ്രകഥാപാത്രത്തെ മുൻനിർത്തി കുടുംബത്തിനുള്ളിലെ മറ്റുകഥാപാത്രങ്ങളെ പാർശ്വവല്ക്കരിച്ചുകൊണ്ട് അവതരിപ്പിക്കുന്ന നാടകത്തിൽ 'കല്യാണസാരി ചവിട്ടിയായി' മാറുകയാണ്. കല്യാണസാരി ചവിട്ടിയായി തീരുന്നതിനൊപ്പംതന്നെ യാഥാസ്ഥിതിക മൂല്യങ്ങളിൽനിന്നുള്ള മോചനം 'സുശീല' എന്ന കഥാപാത്രം നേടുന്നു. അതിനവരെ പ്രേരിപ്പിക്കുന്നത് പാറുക്കുട്ടി എന്ന അയൽക്കാരി സ്ത്രീയാണ്. വീട്ടിൽ ചായകൂട്ടാനുള്ള പാലില്ലാതെ വിഷമിക്കുന്ന സുശീലേടത്തിയെന്ന കുടുംബിനിയും മകനും ഭർത്താവും, മകളും തമ്മിലുള്ള ചായവഴക്കിൽ പ്രഭാതം പുലരുന്നു. ദാരിദ്ര്യത്തിന്റെ കാരണക്കാരൻ ഗൃഹനാഥനാണെന്ന് കുറ്റപ്പെടുത്തുന്ന സുശീല, പണിയെടുക്കാതെ മൂടിപ്പുതച്ചുകിടന്നുറങ്ങുന്ന മകനെ നോക്കി ശകാരിക്കുന്ന അച്ഛൻ. 'രാവിലെതന്നെ തൊടങ്ങ്യോ അയ്യപ്പൻ വിളക്ക്'? എന്ന ചോദ്യവുമായി മകൻ എണീറ്റു നില്ക്കുമ്പോൾ അതുകേട്ട് കടന്നുവരുന്ന പാറുക്കുട്ടി എന്താണീ അയ്യപ്പൻ വിളക്കിന്റെ കഥയെന്ന് ചോദിക്കുന്നു. ഉടൻ യാഥാർത്ഥ്യം മറച്ചുവെച്ച് സുശീല പറയുന്നതോ 'ഞങ്ങളേയ് അയ്യപ്പൻ വിളക്കിന്റെ കാര്യം പറയാർന്ന്യേയ് അഞ്ഞൂറാൾക്കാ അന്ന് സദ്യകൊടുത്തത്' എന്നാണ്. യാഥാർത്ഥ്യം മറച്ച് പഴയ തറവാട്ടു മഹിമയിൽ അഭിരമിക്കാനാണ് അവർ ശ്രമിക്കുന്നത്. പാറുക്കുട്ടിയെ അദ്ധ്വാനത്തിന്റെ വില മനസ്സിലാക്കിയ സ്ത്രീയായി നാടകത്തിൽ അവതരിപ്പിക്കുന്നു. പഞ്ചായത്തിൽനിന്നുള്ള സഹായധനങ്ങളെ സ്വീകരിക്കാൻ പോകുന്ന അവർ നിങ്ങൾക്കിതൊന്നും വേണ്ടേയെന്ന് സുശീലയോട് ചോദിക്കുമ്പോൾ അപ്പോഴും സുശീല പറയുന്നത് പൊങ്ങച്ചത്തിൽ പൊതിഞ്ഞ പൊള്ളത്തരം 'മൂപ്പർക്കിതൊന്നും ഇഷ്ടമല്ല. ഇതുവരെ ഈ

തറവാട്ടീന്ന് അങ്ങന്യൊന്നും വാങ്ങാൻ പോയിട്ടില്ല്യേനും' എന്നാണ്. ഇത്തരത്തിൽ യാഥാർത്ഥ്യം വെളിപ്പെടുമ്പോഴെല്ലാം സുശീല ഓരോരോ കാരണങ്ങൾ പറഞ്ഞ് സത്യത്തെ മറയ്ക്കാൻ ശ്രമിക്കുകയാണ്. അവസാനം ദാരിദ്ര്യംകൊണ്ട് പൊറുതി മുട്ടിയ സുശീലയ്ക്ക് മുന്നിൽ ആത്മഹത്യയല്ലാതെ വഴികളില്ലെന്ന് ആയിത്തീരുന്നു. തണുപ്പത്ത് രാമകൃഷ്ണന് (ഭർത്താവ്) പുതയ്ക്കാനായി നല്കുന്ന കല്യാണസാരിയിൽ ബീഡിയിൽനിന്നുള്ള തീപ്പൊരി വീണ് കത്തുമ്പോൾ സുശീല ആകെ തളർന്നുപോകുന്നു.

അവസാനം ആത്മഹത്യയുടെ വക്കിൽനിന്ന് പാറുക്കുട്ടി സുശീലയെ പിന്തിരിക്കുമ്പോഴാണ് സുശീല ആദ്യമായി മനസ്സ് തുറക്കുന്നത്. അതുകേട്ട മറ്റൊരു തറവാട്ടുകാരുടെ ദുരന്തകഥ പറയുകയാണ് പാറുക്കുട്ടി. തറവാട്ടുമഹിമ കാത്തുസൂക്ഷിക്കാനായി കടം വാങ്ങി കടം വാങ്ങി ഒടുവിൽ എല്ലാവരും കൂടി ആത്മഹത്യചെയ്ത മേലേപ്പാട് തറവാട്ടുകാരുടെ ദുരന്തത്തെക്കുറിച്ച് വളരെ പക്വമതിയായ സ്ത്രീയെപ്പോലെ സംസാരിക്കുന്നു. തനിക്ക് ഒരു പണിയും അറിയില്ലെന്ന് നിസ്സഹായതയോടെ പറയുന്ന സുശീലയോട് 'ആരും പണി മുഴ്വേനെ പഠിച്ചിട്ടൊന്നുമല്ല ജനിച്ചു വീഴണത്. ചെയ്യാനുള്ള മനസ്സുണ്ടായാ മതി' എന്നാണ് പാറുക്കുട്ടി പറയുന്നത്. പൊങ്ങച്ചം പറഞ്ഞ് തറവാട്ടു മഹിമയിൽ മൂടിപ്പൊതിഞ്ഞിരുന്നാൽ ദാരിദ്ര്യംകൊണ്ട് മരിക്കുകയേയുള്ളു. തൊഴിലെടുത്ത് ജീവിക്കുന്നതിൽ യാതൊരു മാന്യതക്കുറവും ഇല്ല എന്ന യാഥാർത്ഥ്യത്തെ ബോദ്ധ്യപ്പെടുത്തിക്കൊണ്ട് കീറിപ്പോയ കല്യാണസാരിയെക്കുറിച്ച് വിഷമിക്കാതെ കാണാതായ ചവിട്ടിക്ക് പകരം കീറിപ്പോയ കല്യാണസാരി ഉപകാരമില്ലാതെ പെട്ടിയിലടച്ചുവെക്കാതെ, അതുകൊണ്ട് ഒരു ചവിട്ടിയുണ്ടാക്കാൻ പറയുന്നു. സുശീലയും പാറുക്കുട്ടിയും കൂടി അതിനുള്ള തയ്യാറെടുപ്പ് നടത്തുന്നതിലൂടെ നാടകം അവസാനിക്കുന്നു.

കൈയടക്കമുള്ള ഇതിവൃത്ത രംഗസജ്ജീകരണങ്ങളാലും ചുരുക്കം കഥാപാത്രങ്ങളിലൂടെയും ഭംഗിയായി അവതരിപ്പിക്കുന്ന നാടകം. ഉപയോഗശൂന്യമായ തറവാടിത്തത്തെയും പാരമ്പര്യബോധത്തെയും സർവ്വോപരി യാഥാസ്ഥിതിക മനോഭാവത്തെയും മറികടക്കുന്നു. തൊഴിലെടുത്ത് ജീവിക്കുന്നതിന്റെ മഹത്വത്തെ വ്യക്തമാക്കുന്നതോടൊപ്പം കല്യാണവും കല്യാണസാരിയും തറവാട്ടു മഹിമയേയുംക്കാൾ പച്ചയായ മനുഷ്യത്വത്തിനും ജീവിതത്തിനും പ്രാധാന്യം കൊടുക്കുന്നു. ഒപ്പം ശക്തരായ സ്ത്രീകഥാപാത്രങ്ങളെ പ്രതീകവല്ക്കരിക്കുന്നു. പാറുക്കുട്ടി മാറുന്ന കാലഘട്ടത്തിലെ അദ്ധ്വാനിക്കുന്ന സ്ത്രീവിഭാഗത്തിന്റെ പ്രതിനിധിയാകുമ്പോൾ സീരിയലും സിനിമയും കണ്ട് അതിലെ കഥാപാത്ര ജീവിതങ്ങളിൽ മാത്രമായി ജീവിതം തളച്ചിടുന്ന യൗവനത്തിന്റെ പ്രതീകമാണ് മകൾ. ഒടുവിൽ കാലഘട്ടങ്ങളുടെ അഴിയാക്കുരുക്കിൽനിന്ന് മൂഢമൂല്യങ്ങളുടെ വിഴുപ്പുകെട്ടിൽനിന്ന് സുശീലയെ പാറുക്കുട്ടി മോചിപ്പിക്കുന്നു. സമൂഹത്തിലെ വ്യത്യസ്തരായ സ്ത്രീത്വത്തെയാണ് ശ്രീജ ഇവിടെ അടയാളപ്പെടുത്താൻ ശ്രമിക്കുന്നത്. കുടുംബത്തിനകത്ത് ഒതുങ്ങിക്കൂടി ഭർത്താവിന്റെയും കുട്ടികളുടെയും കാര്യങ്ങളിൽ വ്യാപൃതയായി എന്നാൽ ദാരിദ്ര്യത്തിൽനിന്നുള്ള മോചനം ആഗ്രഹിക്കുകയും യാഥാസ്ഥിതിക

മൂല്യങ്ങളെയും തറവാട്ടുമഹിമയെയും കൈവിടാനാഗ്രഹിക്കാത്ത വീട്ടമ്മ അതാണ് സുശീല എന്ന കഥാപാത്രം. തനിക്ക് ചുറ്റുമുള്ള മാറുന്ന ലോകത്തെക്കുറിച്ച് യാതൊന്നും അറിയാത്തവൾ; അറിഞ്ഞിട്ടും അത് തറവാട്ടുമഹിമയ്ക്ക് യോജിച്ചതല്ലെന്ന് കരുതി ജീവിക്കുന്നവൾ. അത്തരമൊരവസ്ഥയിൽനിന്നാണ് നാടകാന്ത്യത്തിൽ പാറുക്കുട്ടി സുശീലയെ പുറംലോകത്തെത്തിക്കുന്നത്. യാഥാർത്ഥ്യത്തിനുനേരെ നിർത്തുന്നത്.

കലംകാരിയുടെ കഥ

ശ്രീജ കെ വിയുടെ രചനയിൽ സി എം നാരായണൻ സംവിധാനം ചെയ്ത മൺപാത്ര നിർമ്മിതിയിലൂടെ ഉപജീവനം കഴിയുന്ന ഭാര്യാഭർത്താക്കന്മാരുടെയും അവരുടെ ചുറ്റുമുള്ള നാടോടി സമൂഹത്തിന്റെയും കഥയാണ് *കലംകാരിയി*ലൂടെ പറയുന്നത്. നാടോടിരീതിയിൽ അവതരിപ്പിക്കപ്പെട്ട നാടകം ആർജ്ജവത്തോടെയുള്ള സമീപനത്തിന്റെയും ഇരുത്തം വന്ന ഇടപെടലിന്റെയും നാടകാനുഭവം സമ്മാനിക്കുന്നു. ശ്രീജയുടെ മറ്റു നാടകങ്ങളെപ്പോലെ സാമൂഹിക പ്രതിബദ്ധത ഉൾക്കൊള്ളുന്ന നാടകത്തിന്റെ രംഗാവിഷ്കാരം നാടോടിരീതിയിലായതിനാൽ കൂടുതൽ ഹൃദ്യമായിത്തീർന്നു. അരങ്ങിലെ വൃത്താകാരമായ ലെവലുകളും അതിനോടു ചേർന്ന് ശിഖരങ്ങൾപോലെ തീർത്ത മരക്കൊമ്പുകളിൽ തൂക്കിയിട്ട ചിത്രപ്പണികളും നല്കുന്ന നിറക്കാഴ്ച ക്യാൻവാസിലെ ചിത്രങ്ങളുടേതിനു തുല്യമാണ്.

ഭൂമിരാക്ഷസം

ഏതൊരു മനുഷ്യജീവിയേയുംപോലെ തന്റേതുകൂടിയായ ലോകത്തിൽ സ്വന്തം ഇടപെടലുകൾക്ക് മാന്യത ലഭിക്കുന്ന ഒരിടത്ത് പ്രകടമാകുന്ന സ്ത്രീയുടെ ഭാവനയേയോ ആഗ്രഹത്തേയോ ആണ് നാടകമായും നാടകത്തിനുള്ളിലെ നാടകമായും *ഭൂമിരാക്ഷസം* അവതരിപ്പിക്കുന്നത്. പെണ്ണെഴുത്തിന്റെ ലോകത്ത് ശക്തമായ ഇടപെടലുകൾ നടത്തിയ സാറാജോസഫും എം ജി ശശിയും ചേർന്നൊരുക്കിയ ഈ നാടകം സ്ത്രീപക്ഷ സ്വത്വത്തെ ശക്തമായി അവതരിപ്പിക്കുന്ന രചനയും രംഗാവിഷ്കാരമാണ്.

സ്വത്വം സ്ഥാപിച്ചു കിട്ടുന്നതിനുവേണ്ടി കാലാകാലങ്ങളായി സ്ത്രീ നടത്തുന്ന പോരാട്ടങ്ങളുടെ ദൃശ്യാവിഷ്കാരമാണ് *ഭൂമിരാക്ഷസം*. സ്ത്രീക്ക് വ്യക്തി എന്ന നിലയിലുള്ള സാമൂഹിക പദവി അനുവദിച്ചു കിട്ടുന്നിടത്തു മാത്രമേ അവൾക്ക് അമ്മയും ഭാര്യയും കാമുകിയും സുഹൃത്തും ഭരണാധികാരിയും ഒക്കെയായി മാറാനുള്ള ഊർജ്ജം ലഭിക്കുകയുള്ളു. പുരുഷകേന്ദ്രീകൃത സമൂഹത്തിന്റെ താല്പര്യത്തിൽ അധികാരത്തിന്റെയും വൈകൃതങ്ങളുടെയും ആകുലതകളുടെയും നടുവിൽപ്പെട്ട് ഉഴലുന്ന സ്ത്രീക്ക് പുറത്തുവരാനുള്ള ആഗ്രഹത്തെക്കുറിച്ചാണ് *ഭൂമിരാക്ഷസം* പറയുന്നത്.

ഒരു നാടക റിഹേഴ്സൽ ക്യാമ്പിൽ തുടങ്ങുന്ന നാടകം യാഥാർത്ഥ്യത്തിലും സങ്കല്പത്തിലുമായി കഥാപാത്രങ്ങളുമായും വ്യക്തികളുമായും ഇടകലർന്ന് പ്രത്യക്ഷപ്പെടുന്നു. സാമൂഹ്യ വിമർശനത്തിന്റെ ഭാഷ ഉപ

യോഗിച്ച നാടകത്തിന്റെ ഇതിവൃത്തം നാടകത്തിനുള്ളിലെ നാടകത്തിൽനിന്ന് തുടങ്ങുന്നു. കൂടാതെ അഭിനയിക്കുന്ന നടൻ തന്നെ റേപ്പ് ചെയ്ത ആളാണെന്ന് നടി വിളിച്ചു പറയുന്നതിലൂടെ അതുവരെ നിലനിന്നിരുന്ന നാടകാന്തരീക്ഷം മാറുന്നു. സംവിധായകനല്ല സംവിധായികയാണ് ഇവിടെ ഉള്ളത് എന്നതും വിഷയത്തിന്റെ തീവ്രത കൂട്ടുന്നു. ആന്റപ്പൻ എന്ന നടനെ റേപ്പിസ്റ്റായിമാത്രം കാണുന്ന നടി നാടകത്തിന്റെ മുന്നോട്ടുപോക്കിന് പ്രതിസന്ധി സൃഷ്ടിക്കുന്നു. കൂടാതെ മറ്റൊരു പ്രത്യേകത ഇതിലെ കോടതി രംഗമാണ്. നിയമ മേഖലയിൽ നടക്കുന്ന സാമൂഹിക അതിക്രമത്തെ നാടകീയമായി *ഭൂമിരാക്ഷസം* കൈകാര്യം ചെയ്യുന്നു. മാഷ് എന്ന് വിളിപ്പേരുള്ള സംവിധായിക മാനസിക വിഭ്രാന്തിയുള്ളവളാണെന്ന് മറ്റൊരു സ്ത്രീകഥാപാത്രത്തെക്കൊണ്ട് പറയിപ്പിക്കുന്നതിലൂടെ സ്ത്രീയാണ് സ്ത്രീയുടെ ശാപമെന്ന കുഴപ്പം പിടിച്ച ആശയത്തിനെ സൃഷ്ടിക്കുന്നു. അസംബന്ധ ഭാഷയുടെ ഉപയോഗം, ന്യായാധിപനും വക്കീലും തമ്മിലുള്ള അവിഹിത കൂട്ടുകെട്ട്, സംവിധായിക ഒഴികെ ക്യാമ്പിലെ മറ്റെല്ലാവരും ആന്റപ്പന്റെ പക്ഷം ചേരുന്നതും കോടതിയിൽ മൊഴി കൊടുക്കുന്നതിലൂടെ സമകാലീന സംഭവ വികാസങ്ങളുടെ അരങ്ങിലെ യാഥാർത്ഥ്യമായിത്തീരുകയുമാണ് പ്രസ്തുത നാടകം.

സൂപ്പർമാർക്കറ്റ്

നാടക സംവിധായിക, ഡിസൈനർ, എഴുത്തുകാരി തിയേറ്റർ ആക്ടിവിസ്റ്റ് എന്നീ നിലകളിൽ ശ്രദ്ധേയയാണ് ജെ ശൈലജ. 1998 ൽ ഡൽഹിയിലെ നാഷണൽ സ്കൂൾ ഓഫ് ഡ്രാമയിൽനിന്ന് സംവിധാനത്തിലും ഡിസൈനിങ്ങിലും ഇവർ ഉന്നതവിജയം കരസ്ഥമാക്കി.

സാമൂഹിക അസമത്വം, ദാരിദ്ര്യം, ലിംഗരാഷ്ട്രീയം, അധികാരം, ഗ്ലോബലൈസേഷൻ തുടങ്ങി സാമൂഹിക രാഷ്ട്രീയ പ്രശ്നങ്ങളെ തന്റെ നാടകങ്ങളിലൂടെ അവതരിപ്പിക്കാൻ ശ്രമിക്കുന്ന ശൈലജയുടെ *സൂപ്പർമാർക്കറ്റ്* എന്ന നാടകവും പ്രമേയപരമായി അവതരണംകൊണ്ട് ഏറെ ശ്രദ്ധേയമായി. ദാരിയാഫോയുടെ *കാണ്ട് പേ വോണ്ട് പേ*(Can't pay won't pay) എന്ന നാടകത്തിന്റെ മൊഴിമാറ്റമാണ് *സൂപ്പർമാർക്കറ്റ്*. സാർവ്വലൗകികമായ ചൂഷണത്തിനെതിരെയുള്ള ഇതിവൃത്തഘടനയിലാണ് നാടകം പ്രവർത്തിക്കുന്നത്. ജീവിതത്തിന്റെ വഴിത്താരയിൽ പകച്ചു നില്ക്കുന്ന ഒരുകൂട്ടം മനുഷ്യരെയാണ് *സൂപ്പർമാർക്കറ്റ്* അവതരിപ്പിക്കുന്നത്. ഗ്രാമങ്ങളിൽനിന്ന് നഗരങ്ങളിൽ എത്തി മാർക്കറ്റ് പിടിച്ചടക്കുന്ന ഗ്രാമീണൻ ന്യായവിലയേ തരൂ എന്ന് പ്രഖ്യാപിക്കുന്നിടത്ത് നാടകം തുടങ്ങുന്നു. മനുഷ്യന്റെ പ്രാഥമിക ആവശ്യങ്ങളായ ആഹാരം, വസ്ത്രം, പാർപ്പിടം, പരിസ്ഥിതി, സംസ്കാരം, ചിന്ത, പ്രവൃത്തി തുടങ്ങിയ മേഖലകളിലൂടെ നാടകം സഞ്ചരിക്കുന്നു. തിരിച്ചടികൾ ശക്തമാകുമ്പോൾ പ്രതിരോധവും ശക്തമാവുമെന്ന ആശയത്തിൽ ഊന്നിയതാണ് ഈ നാടകം. വിലക്കയറ്റംകൊണ്ട് പൊറുതിമുട്ടിയ സ്ത്രീകൾ സൂപ്പർമാർക്കറ്റുകൾ കൊള്ളയടിക്കുന്നതും അതിനെത്തുടർന്ന് സമൂഹത്തിലും കുടുംബത്തിലും ഉണ്ടാവുന്ന സംഭവങ്ങളുമാണ് *സൂപ്പർമാർക്കറ്റി*നാധാരം. മറ്റു സ്ത്രീനാടകങ്ങളിൽനിന്ന് വ്യത്യസ്തമായി *സൂപ്പർമാർക്കറ്റിൽ* ഹാസ്യ

ത്തിന്റെ അംശം കൂടുതലായി ഉപയോഗിച്ചിരിക്കുന്നു. സ്ത്രീക്ക് ഹാസ്യം വഴങ്ങില്ലെന്നതിന് ഒരപവാദമാണ് *സൂപ്പർമാർക്കറ്റി*ന്റെ അവതരണം.(*സൂപ്പർമാർക്കറ്റ്* പറയുന്നത് അജിത്കുമാർ കേളി ആഗസ്ത് 2009) *സൂപ്പർമാർക്കറ്റി*ലാകട്ടെ ഫാഴ്സിന്റെ ലക്ഷണത്തെ പരിചരണരീതി സ്വീകരിച്ചിരിക്കുന്നതായി കാണാം. ഇതിനുദാഹരണമായി അജിത്കുമാർ ചൂണ്ടിക്കാണിക്കുന്നത് കഥാപാത്രങ്ങളുടെയും സന്ദർഭങ്ങളുടെയും വൈരുദ്ധ്യങ്ങളെ തന്ത്രപരമായി ഉപയോഗപ്പെടുത്തി സൂപ്പർമാർക്കറ്റ് കൊള്ളയടിക്കുന്നതും അതിനെത്തുടർന്നുള്ള സംഭവങ്ങളെയുമാണ്.

സീത

അരങ്ങിലെ വ്യത്യസ്ത ശബ്ദമാണ് മലയാളനാടകവേദിയിൽ ചരിത്രം രേഖപ്പെടുത്താത്ത ഇനിയും പഠനവിധേയമാകാത്ത സ്ത്രീപക്ഷനാടകവേദിയിലെ കരുത്താർന്ന നാടകങ്ങളും അവയുടെ അവതരണങ്ങളും. (*ഏതോ ചിറകടിയൊച്ചകൾ, പ്രവാചക, ആണുങ്ങളില്ലാത്ത പെണ്ണുങ്ങൾ, മത്സ്യഗന്ധി,* ശ്രീജയുടെ നാടകങ്ങൾ, *സീത, ജാനസ്* (പച്ച), *ഭൂമിരാക്ഷസം, എക്കോ ഓഫ് ദ ഡേ,* ജിഷയുടെ ഏകാംഗാവതരണങ്ങൾ, തുടങ്ങിയവ) അക്കൂട്ടത്തിൽ 2009 മെയ് 27 ന് കോഴിക്കോട് നടന്ന സുരാസു ഫെസ്റ്റിവലിൽ അവതരിപ്പിക്കപ്പെട്ട *സീത*, സ്ത്രീപക്ഷനാടകങ്ങളിലെ ശ്രദ്ധേയമായൊരു രംഗാവതരണമാണ്. ആദ്യമായിട്ടാണ് നിരീക്ഷ നാടകവേദിയും അന്വേഷിയും ചേർന്ന് ഒരു മുഴുനീള സ്ത്രീപക്ഷനാടകം രംഗത്തവതരിപ്പിക്കുന്നത്. (തെരുവുനാടകങ്ങൾ ഒഴിച്ചുനിർത്തിയാൽ.) കർണ്ണാടകത്തിലെ സ്നേഹലതാ റെഡ്ഡിയുടെ രചനയെ മുൻനിർത്തി സി വി സുധി സംവിധാനംചെയ്ത *സീത*, അരങ്ങിലെ പുതിയ രംഗഭാഷയും ശരീരഭാഷയുമാണ് അവതരിപ്പിച്ചത്. രാമനെ ഉപേക്ഷിച്ച് രാവണന്റെ ചിതയിലേക്ക് പോകുന്ന സീതയെക്കുറിച്ചാണ് സ്നേഹലതയുടെ *സീത* പറയുന്നതെങ്കിൽ അരങ്ങിലെത്തുമ്പോൾ രാവണനിലേക്കും പോകേണ്ടതുണ്ടോ? എന്ന സന്ദേഹം പ്രകടിപ്പിക്കുന്ന സീതയുടെ മാനസിക സംഘർഷത്തിലാണ് നാടകം വികസിക്കുന്നത്. കഥക്കും കളരിയും സമന്വയിപ്പിച്ച് ഒരുക്കിയ രംഗഭാഷയ്ക്ക് നല്ലൊരു കളരി അഭ്യാസിയും കഥക് നർത്തകിയുമായ ഗീതി പരിശീലനം നല്കി. *സീത*യിലൂടെ സ്ത്രീയുടെ പ്രണയത്തിന്റെ യഥാർത്ഥ ചിത്രം തെരയുന്ന നാടകം താമരപ്പൂവിനെ കമഴ്ത്തി നിർത്തുംവിധത്തിലുള്ള സെറ്റാണ് രൂപപ്പെടുത്തിയിരിക്കുന്നത്. നാടകത്തിലെ രംഗങ്ങൾ ആൽബം മറിക്കുന്നതു പോലെയുള്ള വിഷൽസിന്റെ രൂപത്തിലാണ് ആവിഷ്കരിച്ചിരിക്കുന്നത്. അക്ഷരാർത്ഥത്തിൽ ശരീരഭാഷയുടെ പരീക്ഷണംകൂടിയാണ് *സീത*യുടെ രംഗാവിഷ്കാരത്തിലൂടെ സാദ്ധ്യമാക്കാൻ ശ്രമിക്കുന്നത്. അതിനായി കഥക്കിനെയും കളരിയെയും ചേർത്തുവെച്ചുള്ള രംഗഭാഷയ്ക്ക് ശ്രമിക്കുന്നു. ഏറെ രസകരമായൊരു വസ്തുത ഇത്തരത്തിലുള്ള ശരീരഭാഷാ പരീക്ഷണങ്ങൾ നടത്തിയ *ഏതോ ചിറകടിയൊച്ചകൾ* മുതൽ *സീത* വരെയുള്ള സ്ത്രീനാടകവേദിയിലെ നാടകങ്ങൾ കണ്ട നാടകലോകത്തെ 'മെയിൽ ഷോവനിസ'ത്തിന്റെ സംശയം നാടകത്തിൽ സർക്കസ് വേണമോ എന്നാണ്? അതായത് യൂറോപ്യൻ നാടകരംഗത്ത്

എന്നോ തുടക്കം കുറിച്ച് വിജയിച്ചുകഴിഞ്ഞ എക്സ്പിരിമെന്റൽ തീയേറ്റർ ലാംഗേജിനെ രംഗഭാഷയിലെ ശാരീരിക ചലനങ്ങളിലുള്ള പരീക്ഷണങ്ങളെ അംഗീകരിക്കാനുള്ള ബുദ്ധിമുട്ട് കാരണം ഇത് അവതരിപ്പിക്കുന്നതും തയ്യാറാക്കിയതും സ്ത്രീകളാണെന്നതുകൊണ്ടുതന്നെ ഇത്തരം അതിശയോക്തികളെ തല്ക്കാലം തൃപ്തിപ്പെടുത്തേണ്ട ആവശ്യം തങ്ങൾക്കില്ല എന്ന നിലപാടിൽ സ്ത്രീനാടകവേദി ഉറച്ചുനിന്നതിനാൽ പതിയെപ്പതിയെ അംഗീകരിക്കാതെ തരമില്ലെന്നായിട്ടുണ്ട്. കാരണം ഇത്തരം അതിശയോക്തി ചോദ്യങ്ങളുന്നയിച്ച നമ്മുടെ നാടകത്തിലെ പ്രബുദ്ധരെ അത്ഭുതപ്പെടുത്തിക്കൊണ്ടാണ് പ്രേക്ഷകർ ഇരുകൈയും നീട്ടി ഇവയെ സ്വീകരിച്ചത്.

എന്തുകൊണ്ട് സ്ത്രീപക്ഷനാടകവേദിയെക്കുറിച്ചോ പ്രവർത്തകരെക്കുറിച്ചോ സംരംഭങ്ങളെക്കുറിച്ചോ പഠനങ്ങളോ പരാമർശങ്ങളോ ഉണ്ടാകുന്നില്ല എന്ന ചോദ്യത്തിന് ഒരു പരിധിവരെ ഉത്തരം ഇതൊക്കെത്തന്നെയാണ്. പ്രത്യേകിച്ച് പുരുഷലോകത്തിന്റേതെന്ന് അരക്കിട്ടുറപ്പിച്ച നാടകലോകത്തേക്കുള്ള സ്ത്രീയുടെ സർഗ്ഗാത്മകതയെ, പരീക്ഷണശ്രമങ്ങളെ നവംനവങ്ങളായ രംഗാവിഷ്കാര സാദ്ധ്യതകളെ പ്രയോജനപ്പെടുത്തുന്ന സൃഷ്ടികളെ എല്ലാം എല്ലാം അംഗീകരിക്കാനുള്ള ബുദ്ധിമുട്ട്. നേരേ മറിച്ച് മുൻപറഞ്ഞ നാടകങ്ങളിലെ ദൃശ്യാവിഷ്കാരങ്ങൾ ഏതെങ്കിലും ഒരു വിദേശനാടകത്തിലോ സാഹിത്യ രചനയിലോ ആണെങ്കിൽ നമ്മൾ അംഗീകരിക്കും. വലിയവലിയ പ്രശംസാ വചനങ്ങൾകൊണ്ട് വീർപ്പുമുട്ടിക്കും. 'സായിപ്പിനെക്കാണുമ്പോൾ കവാത്തു മറക്കുന്ന' മലയാളിശീലം അതാണ് കഥകളിയുടെ ലോകത്ത് വിദേശവനിതകൾ ധാരാളമെത്താനും നമ്മുടെ സ്ത്രീകൾ കുറയാനും കാരണമായത്. അതുതന്നെ എവിടെയും സംഭവിക്കുന്നു.

ഇങ്ങനെ അറിയാതെയും അറിഞ്ഞുകൊണ്ടും പറയാതെയും പറഞ്ഞുകൊണ്ടും നമ്മുടെ പെണ്ണരങ്ങിൽ ജനിച്ച നാടകങ്ങളെല്ലാം തന്നെ ഒരു തരത്തിൽ അല്ലെങ്കിൽ മറ്റൊരുതരത്തിൽ സാമൂഹ്യപ്രതിബദ്ധതയും വിശ്വാസ്യതയും പുലർത്തുന്നവയാണ്. അതിലുപരി പരീക്ഷണപരമായും നൂതന സാങ്കേതികത്വത്തിലും ഫിസിക്കൽ തീയേറ്ററിലും ഏറെ മുന്നോട്ട് പോയിരിക്കുന്നു.

സ്ത്രീസംഘടനകളുടെ ഭാഗമായി ആരംഭിച്ച തെരുവുനാടകങ്ങളിലൂടെ വളർന്ന് വികസിതമായ സ്ത്രീപക്ഷനാടകവേദി തങ്ങളുടെ ഇടം കണ്ടെത്തിയത് പ്രൊഫഷണൽ നാടകങ്ങളിലേക്കാൾ അമച്വർ രംഗത്താണ്. അതിനവരെ സഹായിച്ചതാകട്ടെ അക്കാദമികമായ നാടകരംഗത്തെക്കുറിച്ചും സാങ്കേതികതകളെക്കുറിച്ചുമുള്ള അറിവും രചനാപരവും ശാസ്ത്രീയവുമായ പഠനങ്ങളും വർക്ക്ഷോപ്പുകളും നാടകപ്രവർത്തനങ്ങളുമാണ്. അതുകൊണ്ട് ഇന്ന് രചനയിലും അവതരണത്തിലും, അഭിനയത്തിലും സംവിധാനത്തിലുമെന്നുവേണ്ട സംഘാടനമുൾപ്പെടെയുള്ള അരങ്ങിന്റെ വ്യത്യസ്ത മണ്ഡലങ്ങളിൽ അത്ഭുതങ്ങൾ സൃഷ്ടിച്ചുകൊണ്ട് മലയാളനാടകവേദിയിലെ പ്രേക്ഷകരെയും നാടകവേദിയെത്തന്നെയും ചിന്തിപ്പിക്കുന്ന വിഭാഗമായി സ്ത്രീപക്ഷനാടകവേദി മാറിയിരിക്കുന്നു.

7

മലയാളനാടകവേദിയിലെ ഏകാംഗി നികളും ഏകാംഗാവതരണങ്ങളും

വൈവിദ്ധ്യങ്ങളുടെ കൂട്ടായ്മയാണ് നാടകം എന്ന ദൃശ്യകല. വ്യക്തികളും ആശയങ്ങളും പ്രവർത്തനരീതികളും എല്ലാമടങ്ങുന്ന ഒന്നിലധികം വ്യത്യസ്തതകൾ നാനാത്വത്തിൽ ഏകത്വമെന്ന ഭാരതീയ പ്രത്യേകതപോലെ, ചരിത്രവും പുരാണവും പുരാവൃത്തവും ഇഴചേർന്ന് അറിവുകളുടെ ക്രോഡീകരണമാണ് ഇന്ത്യൻ നാടകത്തിന്റെയും പില്ക്കാല ദേശഭാഷാന്തര നാടകങ്ങളുടെയും പ്രാചീന ചരിത്രം. എ ഡി 2–ാം ശതകത്തിൽ രചിക്കപ്പെട്ടു എന്നു വിശ്വസിക്കുന്ന പഞ്ചമവേദമായ ഭരതമുനിയുടെ *നാട്യശാസ്ത്രം* നാടകത്തിന്റെ ശാസ്ത്രാപഗ്രഥനഗ്രന്ഥവും പാഠ്യവുമാകുന്നു. *വാല്മീകീ രാമായണം ബാലകാണ്ഡം* അഞ്ചാം സർഗ്ഗത്തിലെ അയോദ്ധ്യാവർണ്ണനയ്ക്കിടയ്ക്ക് "വധൂ നാടക സംഘാനാം" എന്നൊരു പ്രയോഗം കാണുന്നുണ്ട്. ഇതിന്റെ അർത്ഥം അയോദ്ധ്യയിൽ സ്ത്രീകൾമാത്രം ഉൾപ്പെട്ട നാടകസംഘങ്ങൾപോലും ഉണ്ടായിരുന്നു എന്നത്രേ. അങ്ങനെ നോക്കുമ്പോൾ ബി സി അഞ്ഞൂറിനോ അറുന്നൂറിനോ മുമ്പ് ഭാരതത്തിൽ നാടകാഭിനയം നടപ്പിലായിരുന്നു എന്നും സ്ത്രീകളുടേതു മാത്രമായ നാടകസംഘങ്ങളും അവതരണങ്ങളും നിലവിലിരുന്നു എന്നും വ്യക്തമാകുന്നു.

ഗോത്രജീവി സമൂഹം മുതൽ വ്യക്തികൾ തങ്ങളുടെ കൂട്ടാളികൾക്കും സമൂഹത്തിനും മുന്നിൽ അവരവരുടെ ചിഹ്നങ്ങളും മുദ്രകളും ഭാഷകളും ഉപയോഗിച്ച് കഥകൾ മെനഞ്ഞെടുക്കാനും അവതരിപ്പിക്കാനും തുടങ്ങിയിരുന്നു എന്നു വിശ്വസിക്കേണ്ടിവരുന്നു. ഒരുപക്ഷേ, പ്രാചീന ചുവർചിത്രങ്ങളിൽ തെളിയുന്ന കഥാപരമായ തുടർചിത്രങ്ങൾ സൂചിപ്പിക്കുന്നതുപോലെ ഇവിടെനിന്നും ഏകാംഗാവതരണങ്ങൾ ഉടലെടുത്ത് പില്ക്കാലത്ത് അത് നാടകസംഘങ്ങളായി തീർന്നിരിക്കാം. വാമൊഴി വഴക്കത്തിലൂടെ പ്രചരിച്ച കഥകളാണ് മിത്തുകളുടെയും ഇതിഹാസങ്ങളുടെയും രൂപത്തിൽ വരമൊഴിയിൽ എത്തിച്ചേർന്നത് എന്നനുമാനിക്കാം.

ജീവിതത്തിന്റെ എല്ലാ തുറകളെയും പരാമർശിക്കുന്ന ഇത്തരം കഥകളും അവയുടെ അവതരണങ്ങളും ഏകാംഗാഭിനയത്തിന്റെ ഉല്പത്തിക്ക് മനുഷ്യജീവിതത്തിന്റെ തുടക്കംമുതലുള്ള ആധിപത്യത്തെ ഊട്ടിയുറപ്പിക്കുന്നു.

ഏകാംഗാവതരണം

നമ്മുടെ ജീവിതത്തിൽ നാം ആദ്യം അടുത്തറിഞ്ഞ ഏകാംഗിനി നമ്മുടെ മുത്തശ്ശിമാർതന്നെ. ഉറക്കറകളെ സമ്പൽ സമൃദ്ധമാക്കിക്കൊണ്ട് രാജകൊട്ടാരങ്ങളും മന്ത്രവാദപ്പുരകളും തീർത്ത് രാജകുമാരന്മാരേയും കുമാരിമാരേയും ഒന്നിപ്പിച്ച മുത്തശ്ശിമാർ ഒരേ സമയം പകർന്നാടിയത് അനേകമനേകം കഥാപാത്രങ്ങളുടെ സ്വത്വത്തെ സ്വയം സ്വീകരിച്ചുകൊണ്ടായിരുന്നു. കഥകൾ കേൾക്കാനും ആസ്വദിക്കാനും അവനവന്റെ ഭാവനയിൽ പുതിയ ലോകം സൃഷ്ടിക്കാനും നമ്മൾ പഠിച്ചത് ഇവിടെ നിന്നു തന്നെ. തീർച്ചയായും ഈ മുത്തശ്ശിമാരുടെ പകർന്നാട്ടത്തിന് പുത്തൻ സാങ്കേതികതയും തീയട്രിക്കൽ രീതികളും കൈവന്നപ്പോൾ ഏകാംഗ നാടകാഭിനയസമ്പ്രദായമെന്ന നാടകാവതരണരീതി ഉടലെടുത്തു.

സാഹിത്യത്തിലെ കർത്തൃത്വസ്ഥാനമാണ് പെണ്ണെഴുത്ത് എങ്കിൽ അഭിനയത്തിലും അനുഭവത്തിലും അരങ്ങിലെത്തുമ്പോൾ അത് അരങ്ങിലെ സ്ത്രീകളുടെ ഭാഷയാകുന്നു. ശാരീരികമായും വാചികമായും 'സ്ത്രീയുടെ എഴുത്ത് അവളുടെ ശരീരത്തിൽ നിന്നാണ് വരുന്നത്. അവരുടെ ലിംഗവ്യത്യാസംതന്നെയാണ് സൃഷ്ടിയുടെ ഉറവ്' എന്ന് കരോളിൽ ജി ബർക്കിന്റെ വാക്കുകൾ അരങ്ങിലും കാലാകാലങ്ങളിൽ സംഭവിച്ചിരിക്കാമെന്ന് ഉറപ്പിക്കാം. മാറിവന്ന ശക്തമായ ശാരീരികാഭിനയ മുന്നേറ്റങ്ങളുടെ പ്രത്യക്ഷാനുഭവങ്ങളാണ് ലോകനാടകവേദിയിലും കേരളത്തിലും ഇന്നുകാണുന്ന സ്ത്രീനാടക സംരംഭങ്ങൾ. പ്രത്യേകിച്ച് ഏകാംഗാവതരണങ്ങൾ. മലയാള നാടകചരിത്രകാരന്മാർ മറന്നുപോയതോ കണ്ടില്ലെന്നു നടിച്ചതോ ആയ അരങ്ങിലെ സ്ത്രീത്വത്തിന്റെ ചരിത്രവും സവിശേഷതകളും സംഭാവനകളുമൊക്കെ കൂട്ടിവായിക്കപ്പെട്ടു തുടങ്ങിയിട്ടേയുള്ളു. മലയാളനാടകവേദിയുടെ തുടക്കംമുതൽ രംഗവേദിയോടും അണിയറയോടും ചേർന്ന അഭിനേത്രികളുടെ അഭിനയപ്രതിഭയെ ഏറ്റവും ശക്തമായി രംഗത്തെത്തിക്കും എന്നതാണ് ഏകാംഗാവതരണങ്ങളുടെ ഏറ്റവും വലിയ സവിശേഷത. സ്ത്രീനാടകവേദിയുടെ നാടകഭാഷകളിൽ രംഗവേദിയിലെ ഏറെ ശ്രദ്ധേയമായ വിഭാഗമായി ഏകാംഗാവതരണങ്ങൾ ഇന്ന് മാറിക്കൊണ്ടിരിക്കുന്നു.

എന്തുകൊണ്ട് ഒരു പ്രത്യേക നാടകസംഘത്തോടൊപ്പം നില്ക്കാതെ അഭിനേത്രികൾ ഇത്തരത്തിലുള്ള ഒറ്റയാൾ പോരാട്ടത്തിന് തയ്യാറാകുന്നു?

ഉത്തരം ലളിതമെന്നു തോന്നാമെങ്കിലും സങ്കീർണ്ണമായ ചുറ്റുപാടുകളാണ് ഇത്തരത്തിലുള്ള ഒറ്റയാൾ പോരാട്ടങ്ങളെ വേദിയിൽ എത്തിക്കുന്നത് എന്ന് മനസ്സിലാക്കാം. നിരവധി ഘടകങ്ങൾ അതിനു പിന്നിൽ പ്രവർത്തിക്കുന്നു. ഒന്ന്, ഏകാംഗാവതരണങ്ങളാകുമ്പോൾ ഏതെങ്കിലും

ഒരു നാടക സംഘത്തോടൊപ്പം, കൂട്ടായ പ്രവർത്തനങ്ങളുടെ ഭാരിച്ച ഉത്തരവാദിത്വമോ തലയിലേറ്റേണ്ടതില്ല. എത്രയൊക്കെ സ്വാതന്ത്ര്യവും ശക്തിയും അഭിനയശേഷിയും പ്രകടിപ്പിച്ചാലും സംഘങ്ങൾക്കുള്ളിലെ സ്ത്രീപ്രവർത്തനത്തിന് ചിലപ്പോഴെങ്കിലും പരിധികളും പരിമിതികളും കല്പിക്കപ്പെടുന്നു. ഇതിനൊരപവാദമായി നാടകസംഘങ്ങളില്ല എന്നല്ല. രണ്ട്, ഇവിടെ തങ്ങൾക്ക് പറയാനുള്ളതിനെക്കുറിച്ച് അഭിനേത്രിമാത്രം തീരുമാനിച്ചാൽ മതിയാകും. സ്വയം അഭിനേത്രിയാകുന്നതോടൊപ്പംതന്നെ സംവിധായികയാകാനും രംഗസജ്ജീകരണങ്ങളിലെ ഉത്തരവാദിത്വങ്ങളിൽ ഏർപ്പെടാനും സർവ്വോപരി റിഹേഴ്സൽ സമയവും സ്ഥലവുമൊക്കെ തെരഞ്ഞെടുക്കാനുള്ള സ്വാതന്ത്ര്യവും തന്നിൽത്തന്നെ നിക്ഷിപ്തമായിരിക്കുന്നു. ചുരുങ്ങിയ രംഗസാമഗ്രി, യാത്രയുടെ സൗകര്യം തുടങ്ങിയ ഒട്ടനവധി ഘടകങ്ങൾ ഇന്ന് സ്ത്രീകളെ ഏകാംഗങ്ങൾ ചെയ്യാൻ പ്രേരിപ്പിക്കുന്നു. ഇനി മൂന്നാമതായി; ഏകാംഗാവതരണങ്ങളിലെ പ്രേക്ഷകശ്രദ്ധ നേടിത്തരുന്ന പോസിറ്റീവ് എനർജി, ഒരു സദസ്സിലെ മുഴുവൻ ആകർഷണവും താനാണെന്ന ബോധം, അഭിനേതാവിന്റെയും കഥാപാത്രത്തിന്റെയും ആത്മവിശ്വാസത്തിനു നല്കുന്ന പുത്തനുണർവ്വ്. അതൊക്കെയും പ്രധാനമാണ്.

ഇന്ന് കേരളത്തിൽ അവതരിപ്പിക്കപ്പെട്ടു കാണുന്ന ഏകാംഗങ്ങൾ പ്രധാനമായും രണ്ടുവിധത്തിലാണ്. സ്വതന്ത്രരചനകളുടെ ആവിഷ്കാരങ്ങളും അനുവർത്തനാവിഷ്കാരങ്ങളും. സ്വതന്ത്ര രചനകൾ മിക്കവാറും മുന്നോട്ടുവയ്ക്കുന്നത് സ്ത്രീപക്ഷചിന്തകളും വായനയുമാണ്. സമൂഹത്തിനു മുന്നിൽ പ്രശ്നവല്ക്കരിക്കപ്പെടുന്ന സംഭവങ്ങളെയും(പ്രത്യേകിച്ച് സ്ത്രീകളുടെ നേരെയുള്ളത്) ഇത്തരം സ്വതന്ത്രകൃതികൾ പാഠമാക്കുന്നു. അനുവർത്തന ആവിഷ്കാരങ്ങളിൽ പലപ്പോഴും സാഹിത്യകൃതി ഒരു ചട്ടക്കൂടായിത്തീരുകയും അതിനുള്ളിൽ പുതിയൊരു വായനയോ പുത്തൻ മുഹൂർത്തങ്ങളോ നിറയ്ക്കപ്പെടുകയുമാണ്. സാഹിത്യകൃതികളും കവിതകളും ഇത്തരത്തിൽ രംഗാവതരണങ്ങൾക്ക് ഉപയോഗിക്കപ്പെടുന്നു. പാഠം ഏതായാലും തങ്ങൾക്ക് പറയാനുള്ളത് പറയുക എന്നതാണ് ഏകാംഗാവതരണങ്ങളിൽ പ്രധാനം. പുതിയൊരു സർഗ്ഗപരമായ ഇടപെടലാണ് ഇത്തരം ഏകാംഗാവതരണങ്ങളിൽ നടക്കുന്നത്. ശക്തമായ വിമർശനങ്ങളും അഭിപ്രായങ്ങളും രേഖപ്പെടുത്താൻ ഇത്തരം അവതരണങ്ങളെ ഇവർ ഉപയോഗിക്കുന്നു. മുൻപ് തെരുവുനാടകങ്ങൾ ആശയപ്രചരണാർത്ഥം ഉപയോഗിക്കപ്പെട്ടതിന്റെ മറ്റൊരു ശക്തമായ രൂപമായി ഈ ഒറ്റയാൾ പോരാട്ടത്തെ വായിക്കാം. രജിത മധു, സജിത മഠത്തിൽ, ശ്രീലത കടവിൽ, മഡോണ, ജിഷ, ശൈലജ പി അമ്പു, അഷിത അഷറഫ്, എൽ സി സുകുമാരൻ, രതി എരവത്തൂർ, ഷൈനി പൂക്കാട്, ദീപിക രാധാകൃഷ്ണൻ തുടങ്ങിയ നിരവധി അഭിനേത്രികൾ മലയാളസ്ത്രീനാടകവേദിയിലെ ശക്തരായ ഏകാംഗിനികളാണ്.

സ്വതന്ത്രരചനകളും അവയുടെ രംഗാവതരണ പ്രത്യേകതയും

സജിത എം (രചനയും സംവിധാനവും ശ്രീകുമാർ) അവതരിപ്പിച്ച

ബ്യൂട്ടിപാർലർ, മത്സ്യഗന്ധി എന്നിവയും ജിഷ അവതരിപ്പിച്ച *ഒരു പെൺകുട്ടിയെ എങ്ങനെ ബലാത്സംഗം ചെയ്ത് കൊല്ലാം അഥവാ രണ്ടു പെൺകുട്ടികൾ തമ്മിൽ പ്രണയിക്കുമ്പോൾ എന്തു സംഭവിക്കുന്നു* ,രജിത മധു അവതരിപ്പിച്ച *അബൂബക്കറിന്റെ ഉമ്മ പറയുന്നത്, ക്ലാരക്കുഞ്ഞമ്മ ഓർക്കുന്നു,* മഡോണയുടെ *പന്തമേന്തിയ പെണ്ണുങ്ങൾ* എന്നിവ സ്വത ന്ത്രരചനകളിൽ ശ്രദ്ധേയങ്ങളാണ്. കേരളത്തിനകത്തും പുറത്തും അവ തരണങ്ങൾ നടത്തിയ ഈ ഏകാംഗാവതരണങ്ങൾ ആവിഷ്കാര പ്രത്യേ കതകൊണ്ടും ഇതിവൃത്തഘടനകൊണ്ടും ഏറെ പ്രേക്ഷകശ്രദ്ധയെ ആകർഷിക്കുന്നു.

ബ്യൂട്ടിപാർലർ

ആധുനിക മനസ്സുകളിൽ കുടിയേറിയ മിഥ്യാസൗന്ദര്യവല്ക്കരണ സങ്കല്പങ്ങളെ ചോദ്യം ചെയ്യുകയും അതിലെ നിരർത്ഥകതയെ പരിഹ സിച്ചുകൊണ്ടും അവതരിപ്പിക്കപ്പെട്ടതാണ് *ബ്യൂട്ടിപാർലർ.* കമ്പോളവല്ക്ക രണം എങ്ങനെ സ്ത്രീശരീരത്തെയും സ്ത്രീയുടെ രൂപഭാവങ്ങളെയും മാറ്റിയെടുക്കുന്നു, എപ്രകാരം ഒരു വില്പനച്ചരക്കാക്കി സ്ത്രീശരീരത്തെ പരസ്യവല്ക്കരിക്കുന്നു എന്നതാണിതിന്റെ ഇതിവൃത്തം. ശ്രീകുമാർ രച നയും സംവിധാനവും നിർവ്വഹിച്ച് സജിത എം അവതരിപ്പിച്ച ഈ നാടകം 1999 ൽ തൃശൂരിൽ സംഘടിപ്പിക്കപ്പെട്ട നാഷണൽ വിമൺ തീയേറ്റർ ഫെസ്റ്റിവെലിൽ ആണ് ആദ്യമായി അവതരിപ്പിച്ചത്. വാണിജ്യവല്ക്കരണ ലോകത്ത് *ബ്യൂട്ടിപാർലർ* എന്ന സങ്കേതം എപ്രകാരം വിലപിടിപ്പുള്ള സ്ഥാപനവും സങ്കേതവുമായിത്തീർന്നു എന്നും ഇത് ചർച്ച ചെയ്യുന്നു. സ്ത്രീയെ സ്വന്തം സ്ത്രീത്വത്തിൽനിന്ന്, സ്വത്വത്തിൽനിന്ന് അടർത്തി മാറ്റി അച്ചിൽ വാർത്ത പ്രതിമകളാക്കിത്തീരാൻ പ്രേരിപ്പിക്കുന്ന അവ സ്ഥയുടെ ഉൽക്കണ്ഠയും വ്യാകുലതയും ആശങ്കയും തുറന്നുകാട്ടുന്ന ഈ രചന അവതരണവും അഭിനയമികവുംകൊണ്ട് ശ്രദ്ധേയമായി.

മത്സ്യഗന്ധി

2002 ൽ തിരുവനന്തപുരത്ത് അവതരിപ്പിക്കപ്പെട്ട *മത്സ്യഗന്ധി* പറ ഞ്ഞത് അദ്ധ്വാനിക്കുന്ന ഒരു സ്ത്രീവിഭാഗത്തിന്റെ തൊഴിൽപരമായ പ്രശ്നങ്ങളും അതിലൂടെ അവർക്ക് നഷ്ടമായിക്കൊണ്ടിരിക്കുന്ന സാമൂ ഹികമായ ആദരവിനെയും മനുഷ്യത്വത്തെയും കുറിച്ചാണ്. സജിത എം തന്നെയാണ് ഇതിന്റെ രചനയും, സംവിധാനവും അവതരണവും. കേര ളത്തിലെ കടലോരനിവാസികളായ മുക്കുവസ്ത്രീകളുടെ യഥാർത്ഥ ജീവിതം നിരവധി നിരീക്ഷണങ്ങൾക്കും പഠനങ്ങൾക്കും വിധേയമാക്കി അടുത്തുനിന്നും അകലെനിന്നും കണ്ടറിഞ്ഞാണ് ഇത്തരത്തിൽ ഒരു ഏകാംഗം രൂപപ്പെടുത്തിയിരിക്കുന്നത്. തൊഴിലിന്റെ അടിസ്ഥാനത്തിൽ കല്പിക്കപ്പെടുന്ന സാമൂഹിക മാന്യതയെ ചോദ്യം ചെയ്യുന്ന നാടകം ബസ് സ്റ്റാൻഡിലും, ബസിലും എന്നുവേണ്ട പൊതുഇടങ്ങളിലും നിന്ന് മത്സ്യവില്പനക്കാർക്ക് നേരേ നോക്കുന്ന ക്രൂരതയെ വ്യക്തമാക്കുന്നു. മാർക്കറ്റിനു പുറത്ത് 'മാർക്കറ്റി'ല്ലാത്ത വർഗ്ഗമായി തങ്ങളെ പരിഗണിക്കു

ന്നതിനു പിന്നിലെ ചേതോവികാരത്തെയാണ് ഈ അവതരണം മുഖ്യമായും ലക്ഷ്യം വയ്ക്കുന്നത്. ഊണുമേശയിലെ വിഭവസമൃദ്ധി (മത്സ്യം) വീടിന്റെ പടിക്കലെത്തിക്കുന്ന ഭാരിച്ച ജീവിതങ്ങളെ കണ്ടില്ലെന്നു നടിക്കുന്നതിലും അവഗണിക്കുന്നതിലുമുള്ള പ്രതിഷേധം രേഖപ്പെടുത്തുന്നു. സത്യത്തിൽ ഇത് പ്രതിഷേധമല്ല, യാഥാർത്ഥ്യത്തെ തുറന്നു കാട്ടി നീതി പുലർത്താനുള്ള ആഹ്വാനം കൂടിയാണ്. മത്സ്യത്തിന്റെ ചൂര് മറ്റ് സാമൂഹിക ഇടങ്ങളിൽ വിലങ്ങുതടിയാകുമ്പോൾ സ്ത്രീയെ ശരീരമായിമാത്രം കാണുന്ന വിഭാഗത്തിൽനിന്ന് ഇവർ ഒരിക്കലും രക്ഷപ്പെടുന്നുമില്ല.

പുഴയുടെ മദ്ധ്യത്തിൽവെച്ച് തോണിക്കാരിയായ മുക്കുവ സ്ത്രീയെ പ്രാപിക്കാൻ ചുറ്റിലും മഞ്ഞുമല തീർത്തപ്പോൾ പരാശരന് ബ്രാഹ്മണ്യത്തിന്റെ ധാർഷ്ട്യം മീൻകാരിക്ക് മുന്നിൽ അടിയറവയ്ക്കാൻ മീൻചൂര് പ്രശ്നമായില്ല. പക്ഷേ, ഒരു മറയുണ്ടാക്കാൻ കഴിഞ്ഞ സത്യവതിക്ക് നീതിയും ലഭിച്ചു. പക്ഷേ, ആധുനിക സത്യവതിയെ (ഫ്ളോറ) നമ്മുടെ നാട്ടിലെ പരാശരന്മാർ പട്ടാപ്പകൽ ഉള്ളൂർ ചന്തയിൽവെച്ച് പ്രാപിച്ചപ്പോൾ ഒരു ഓലക്കീറിന്റെ മറപോലും ഉണ്ടായില്ല. എവിടെപ്പോയി അപ്പോളവളിലെ മീൻചൂര് എന്ന് അഭിനേത്രി പ്രേക്ഷകന്റെ നേരേ ചൂണ്ടിചോദിക്കുമ്പോൾ സദസ്സിനു മൗനം. നമ്മുടെ ഭരണകൂടത്തിനും സമൂഹത്തിനും ഇതേ നിശ്ശബ്ദത തന്നെ. സത്യവതിക്ക് നീതി ലഭിച്ചു പക്ഷേ, ഈ സാധു സ്ത്രീക്കോ? ചോദ്യം ചോദ്യമായി അവശേഷിക്കുന്നു എന്നതാണ് നാടകം വ്യക്തമാക്കുന്നത്. അദ്ധ്വാനിക്കുന്നവന്റെ വിയർപ്പിന്റെ ഗന്ധം എന്നത് മാന്യത അർഹിക്കുന്നതാണെന്ന സന്ദേശമാണ് ഈ നാടകം മുന്നോട്ട് വയ്ക്കുന്നത്. മുക്കുവ സമൂഹത്തിൽ ജനിച്ചു കുലത്തൊഴിൽ ചെയ്യുന്നു. മത്സ്യവില്പനക്കാരികളായി. അതവരുടെ അന്നവും ജീവിതവൃത്തിയുമാണ്. ആ സത്യം മനസ്സിലാക്കണമെന്ന അഭ്യർത്ഥന നാടകത്തിലുടനീളം ഉയർന്നു കേൾക്കുന്നു. കൂടാതെ മത്സ്യബന്ധനരംഗത്തെ കോർപ്പറേറ്റുകൾക്കെതിരെയും നാടകം സംസാരിക്കുന്നു.

വളരെ ചെറിയ രംഗസജ്ജീകരണങ്ങളിലും വേഷവിധാനത്തിലുമുള്ള അവതരണം. ഒരു മുക്കുവസ്ത്രീയുടെ സ്വപ്നവും യാഥാർത്ഥ്യവും തമ്മിലുള്ള കെട്ടുപിണഞ്ഞ ചിന്തകളിൽനിന്ന് ആരംഭിച്ച് തന്റെ മുക്കുവന്റെ തിരിച്ചുവരവിനായി കാത്തിരിക്കുന്നിടത്ത് അവസാനിക്കുന്നു. വലിയ ഒരു മീൻവല, മത്സ്യക്കൊട്ട, കപ്പലിന്റെ രൂപം എന്നിവയാണ് പ്രധാന രംഗസജ്ജീകരണങ്ങളായി ഉപയോഗിക്കപ്പെട്ടത്. കഥപറച്ചിലിന്റെയും മൂകാഭിനയത്തിന്റെയും സാദ്ധ്യതകളെ ഏറെ ഉപയോഗപ്പെടുത്തിയുള്ള അവതരണം. ഏറെ ശക്തമായ പ്രതികരണം നേടിയത് ശൈലജ പി അമ്പു 2012 ൽ അത് പൊതുവേദികളിൽ പുനരവതരിച്ചപ്പോഴാണ്. തിരുവനന്തപുരം സോഷ്യൽ സർവ്വീസ് ക്ലബ്ബും ടി വി ആർട്സും സംയുക്തമായ സഖിയോടൊപ്പം ചേർന്ന് മത്സ്യത്തൊഴിലാളികളുടെ ജീവനും സ്വത്തിനും സുരക്ഷ നല്കണമെന്നാവശ്യപ്പെട്ട് ഫിഷറീസ് കോ-ഓർഡിനേഷൻ കമ്മിറ്റിയുടെ നേതൃത്വത്തിൽ സംഘടിപ്പിച്ച മനുഷ്യസാഗരത്തിന്റെ ഭാഗമായിട്ടാണിത് അരങ്ങേറിയത്. തിരുവനന്ത

പുരം പൂന്തുറ, അഞ്ചുതെങ്ങ്, ശംഖുമുഖം, ഗാന്ധിപാർക്ക് എന്നിവിടങ്ങളിലായി നടന്ന അവതരണങ്ങളിൽ പ്രതികരണം ഹൃദയസ്പർശിയായിരുന്നു. ഒരു വിഭാഗം നിരന്തരം തങ്ങളനുഭവിക്കുന്ന അവസ്ഥയെ നേരിൽ കാണുന്ന അവസ്ഥയൊരുക്കിയതായി സാക്ഷ്യം വെക്കുന്നു. ഈ ഏകാംഗാവതരണത്തിന്റെ ശക്തിയും പ്രാധാന്യവും വ്യക്തമാകുന്നതിവിടെയാണ്. ഒരു സമൂഹത്തെ ഉണർത്താൻ ദൃശ്യകലാവതരണങ്ങളിൽ സാമൂഹിക പ്രതിബദ്ധതകൂടി ഉൾക്കൊള്ളുന്ന ഉത്തമസൃഷ്ടികളാകുന്നതിന്റെ ഉദാഹരണം ഇത്തരം അവതരണങ്ങളാണെന്ന് നിസ്സംശയം പറയാം.

ഒരു പെൺകുട്ടിയെ എങ്ങനെ ബലാത്സംഗം ചെയ്ത് കൊല്ലാം അഥവാ രണ്ടുപെൺകുട്ടികൾ തമ്മിൽ പ്രണയിക്കുമ്പോൾ എന്തു സംഭവിക്കുന്നു

ഇതിവൃത്ത സ്വീകരണത്തിലൂടെയും ആവിഷ്കാര പ്രത്യേകതയിലൂടെയും ഏറെ ചർച്ചചെയ്യപ്പെട്ട, വിമർശനങ്ങൾ നേരിട്ട അവതരണമായിരുന്നു, പി സി ഹരീഷ് രചനയും സംവിധാനവും നിർവ്വഹിച്ച ജിഷ അവതരിപ്പിച്ച ഈ ഏകാംഗം. പേര് സൂചിപ്പിക്കുന്നതുപോലെ തികച്ചും സ്ത്രീപക്ഷ ചിന്താഗതിയെ മുറുകെപ്പിടിക്കുന്ന രചനയാണിത്. ലോകത്തിലെ മുഴുവൻ സ്ത്രീകളും സ്വവർഗ്ഗരതിക്കാരായി മാറിയാൽ പുരുഷവർഗ്ഗം എന്തുചെയ്യും എന്ന ചോദ്യത്തെ മുൻനിർത്തിയുള്ള അവതരണത്തിൽ സ്ത്രീ എന്നത് മൂന്നാം ലോക രാഷ്ട്രങ്ങളും പുരുഷൻ രണ്ടാം ലോകവുമാണ്. മൂന്നാംലോക രാജ്യങ്ങൾ സ്വയം പര്യാപ്തതനേടാൻ തീരുമാനിച്ചാൽ, നേടിക്കഴിഞ്ഞാൽ അധീശശക്തികൾക്ക് പിന്നെ എന്തു സംഭവിക്കും എന്നൊരു വായനകൂടി ഈ ആവിഷ്കാരത്തിന് പിന്നിലുണ്ട്. സ്ത്രീയെ എന്നും അടിമയായും ഉപഭോഗവസ്തുവായും കാണുന്ന രീതി. അടിമത്തങ്ങളിലായ രാജ്യങ്ങളുടെ നേരെയും സംഭവിക്കുന്നത് ഇതാണെന്ന് പറയുന്നു. വളരെ മാന്യമായി ചിരിച്ചുകൊണ്ട് തന്നെ തമസ്കരണം നടത്തുന്ന സാമൂഹിക അതിബുദ്ധിയെയാണ് ഇവിടെ ഇത്തരമൊരു ആവിഷ്കാരത്തിലൂടെ വെളിപ്പെടുത്താൻ ശ്രമിക്കുന്നത്.

കേരളത്തിലെ വർദ്ധിച്ചുവരുന്ന ലൈംഗിക പീഡനത്തിനെതിരായും ഈ ആവിഷ്കാരത്തെ വായിക്കാം. താടകയും ശൂർപ്പണഖയും മണ്ഡോദരിയും സീതയും കല്ല്യാണിക്കുട്ടിയും ഡോ. ഷീലയും പിന്നെപ്പിന്നെ ഈ ഭൂമിയിലെ അവസാന പെൺകുട്ടിയും സ്വവർഗ്ഗപ്രണയിനികളായി മാറുമ്പോൾ ഇവിടത്തെ ആൺ ഗർവ്വുകൾക്ക് എന്തു സംഭവിക്കുന്നു എന്നതാണിവിടെ ചർച്ച ചെയ്യുന്നത്.

അബൂബക്കറിന്റെ ഉമ്മ പറയുന്നത്

കേരള സമരചരിത്രത്തിൽ നിർണ്ണായകമായ കയ്യൂർ സമരപശ്ചാത്തലത്തിൽ അവതരിപ്പിക്കപ്പെട്ടതാണ് *അബൂബക്കറിന്റെ ഉമ്മ പറയുന്നത്* എന്ന ഏകാംഗസംരംഭം. അറുപതുകളിലെ രാഷ്ട്രീയവും സാമൂഹികവുമായ യാഥാർത്ഥ്യത്തെ അബൂബക്കറിന്റെ ഉമ്മയുടെ ഓർമ്മകളി

ലൂടെ രംഗത്ത് എത്തിക്കുകയാണ് രജിത മധു. കമ്യൂണിസ്റ്റ് മന്ത്രിസഭയുടെ പിറവിയും കർഷകസമരങ്ങളും സമരകുടുംബങ്ങളിലെ ദാരിദ്ര്യവും യാതനകളും വിവരിക്കുന്ന ആവിഷ്കാരം. മക്കളെ നഷ്ടപ്പെടുന്ന മാതൃത്വത്തിന്റെ പകപ്പും ഒറ്റപ്പെടലും തീരാദുഃഖവും ശക്തമായി അവതരിപ്പിച്ചുകൊണ്ട്, സമരങ്ങളും പോരാട്ടങ്ങളും ഒരു വിഭാഗത്തിന് സമ്മാനിക്കുന്ന നഷ്ടത്തെ അടയാളപ്പെടുത്തുന്നു. പ്രത്യേകിച്ച് അമ്മമാർക്ക്, സ്ത്രീകൾക്ക്... കരിവള്ളൂർ മുരളിയുടെ രചനയിലും സംവിധാനത്തിലും നിരവധി സ്റ്റേജുകളിൽ അവതരിപ്പിക്കപ്പെട്ട നാടകം ഏറെ രാഷ്ട്രീയ പ്രാധാന്യം ഉൾക്കൊള്ളുന്ന അവതരണംകൂടിയാണ്.

ക്ലാരക്കുഞ്ഞമ്മ ഓർക്കുന്നു

ജനസൻസ്കൃതിയുടെ നേതൃത്വത്തിൽ 2010 ൽ ഡൽഹിയിൽ സംഘടിപ്പിച്ച മഹിളാകോൺഫറൻസിന്റെ ഭാഗമായിട്ടാണ് ഇതവതരിപ്പിക്കപ്പെടുന്നത്. കൃത്യമായ രാഷ്ട്രീയ ചുറ്റുപാടിലും പശ്ചാത്തലത്തിലുമാണ് ഇത് അവതരിക്കപ്പെട്ടിരിക്കുന്നത്. കേരളത്തിലെ മലയോര ഗ്രാമത്തിൽ ജനിച്ച ക്ലാരയുടെ ജീവിതത്തിലെ നിർണ്ണായക നിമിഷങ്ങളിലൂടെയാണ് നാടകം വികസിക്കുന്നത്. നാടകത്തിന്റെ തുടക്കം മുതൽ അവസാനത്തിലെത്തുമ്പോൾ കേരളത്തിന്റെ കഴിഞ്ഞുപോയ അൻപതു വർഷത്തെ സാമൂഹികവും രാഷ്ട്രീയവുമായ ഒട്ടുമിക്ക സംഭവങ്ങളിലും കാണുകയും ഇടപെടേണ്ടിവരികയും ചെയ്ത ഒരു സ്ത്രീയുടെ ജീവിതത്തെയാണ് നാടകം അനാവരണം ചെയ്യുന്നത്. ക്ലാരയുടെ ഓർമ്മകളിലൂടെ തന്റെ ഭർത്താവിന്റെ മരണവും തുടർന്ന് 1958 ൽ സമരത്തിൽ പങ്കെടുക്കുന്നതും ഒരു ആക്ടിവിസ്റ്റായിത്തീരുന്ന സാഹചര്യവുമെല്ലാം വിശദമാക്കപ്പെടുന്നു. ക്ലാരക്കുഞ്ഞമ്മ എന്ന സാധാരണ സ്ത്രീയിൽനിന്ന് കേരളത്തിന്റെ സാമൂഹിക രാഷ്ട്രീയ ഇടപെടലുകളിൽ സജീവമായി പങ്കാളിയായിത്തീരുന്ന, തീരേണ്ടിവരുന്ന ശക്തയായ സ്ത്രീത്വത്തെ അവതരിപ്പിക്കുകയാണിതിലൂടെ...

പന്തമേന്തിയ പെണ്ണുങ്ങൾ

ഇന്ത്യയിലെ രാഷ്ട്രീയ സാമൂഹിക സാഹചര്യങ്ങളെ ഏറെ വിമർശനവിധേയമാക്കിയ ഒറ്റയാൾ പോരാട്ടമായിരുന്നു ഈറോം ശർമ്മിളയുടേത്. ഒരു സ്ത്രീയായതുകൊണ്ടു മാത്രം അവർക്ക് ലഭിക്കേണ്ട നീതി നിഷേധിക്കപ്പെട്ടു. ഹസാരെ സമരം രാജ്യം ആഘോഷിച്ചപ്പോൾ ശർമ്മിളയുടെ വർഷങ്ങളായുള്ള നിരാഹാരസമരത്തെയും അവരുടെ ആവശ്യങ്ങളെയും രാജ്യം കണ്ടില്ലെന്നു നടിച്ചു. ഈയൊരു പശ്ചാത്തലത്തിലാണ് മാധ്യമപ്രവർത്തകകൂടിയായ മഡോണ *പന്തമേന്തിയ പെണ്ണുങ്ങൾ* എന്ന ഏകാംഗാവതരണം ആവിഷ്കരിച്ചത്. ഈറോം ശർമ്മിളയ്ക്ക് ഐക്യദാർഢ്യം പ്രഖ്യാപിച്ചുകൊണ്ട് കാസർഗോഡ് മുതൽ തിരുവനന്തപുരം വരെ നടത്തിയ യാത്രയിൽ ഓരോ ജില്ലയിലും ഈ ഏകാംഗം അവതരിപ്പിക്കപ്പെട്ടു. പ്രധാനമായും രംഗസാമഗ്രികൾ എന്നുപറയാൻ ഒന്നുമില്ല. മണിപ്പൂരിലെ റയിൻസ്റ്റിക്കും ഷാളുമാണ് ഹാന്റ് പ്രോപ്പർട്ടിയായി ഉപയോഗിച്ചത്.

ചിലയിടങ്ങളിൽ പ്രൊജക്ടറും ഉപയോഗിച്ചു. കേരളത്തിനു പുറത്ത് ഇത് താനിയയും ഓജസ്സും അവതരിപ്പിച്ചു. ഓജസ്സ് ഇതിന്റെ ഹിന്ദിയും ഇംഗ്ലീഷും പതിപ്പുകൾ അവതരിപ്പിച്ചു.

ഏകാംഗാവതരണങ്ങളിൽ കാണുന്ന സാമൂഹിക വിഷയങ്ങളെ കൈകാര്യം ചെയ്തുകൊണ്ടുള്ള രംഗാവിഷ്കാരങ്ങളിൽ ശ്രദ്ധേയമായ അവതരണമായി *പന്തമേന്തിയ പെണ്ണുങ്ങൾ.* തെരുവുനാടകത്തിന്റെ സങ്കേതങ്ങളെ ഉപയോഗപ്പെടുത്തിക്കൊണ്ടുകൂടിയാണ് ഇത്തരത്തിലുള്ള വിഷയങ്ങളെ ഏകാംഗവല്ക്കരിക്കുന്നത്. കാരണം, പ്രേക്ഷകശ്രദ്ധയിലേക്ക് എളുപ്പം പ്രവേശിക്കുക എന്ന ഉദ്ദേശ്യം തന്നെ.

അനുവർത്തനങ്ങളുടെ രംഗാവിഷ്കാര പ്രത്യേകതകൾ

സജിത എം അവതരിപ്പിച്ച *മുടിത്തെയ്യം*(സാറാജോസഫ്) ഷൈലജ പി അമ്പു അവതരിപ്പിച്ച *ഏതോ ചിറകടിയൊച്ചകൾ* (ജി ശങ്കരപ്പിള്ള) *കുഞ്ഞിപ്പാത്തുമ്മ* (വൈക്കം മുഹമ്മദ് ബഷീർ) ശ്രീലത കടവിലിന്റെ *സാവിത്രിക്കുട്ടി, എക്കോ ഓഫ് ദ ഡേ*(സജിത ശങ്കറിന്റെ പെയിന്റിങ്ങുകളെ ആധാരമാക്കി) ജിഷയുടെ *ചന്ദനമരങ്ങൾ*(മാധവിക്കുട്ടി), *ഖസാക്കിന്റെ ഇതിഹാസ*ത്തിലൂടെ(ഒ വി വിജയൻ), *പ്രകാശം പരത്തുന്ന പെൺകുട്ടികൾ* (ടി പത്മനാഭൻ), *മയ്യഴിപ്പുഴയുടെ തീരങ്ങളിൽ* (എം മുകുന്ദൻ) *നമുക്കിടയിൽ ഏതോ ഒരു സ്ത്രീ ബോംബ് ഉണ്ടാക്കുന്നു, മതിലുകൾ* (ബഷീർ), *പാത്തുമ്മയുടെ ആട്* (ബഷീർ) ദീപിക അവതരിപ്പിച്ച *ആയുസ്സിന്റെ പുസ്തകം* (സി വി ബാലകൃഷ്ണൻ) ജിഷയുടെ തന്നെ *കഥയാട്ടം,* അഷിത അഷ്റഫ് അവതരിപ്പിച്ച *ഇനിയും മരിക്കാത്ത ഭൂമി* (ഒ എൻ വി- *ഭൂമിക്കൊരു ചരമഗീതം*) *ഭാർഗ്ഗവീനിലയം' പെണ്ണും പുലിയും* (വൈലോപ്പിള്ളി കവിത) തുടങ്ങി സാഹിത്യകൃതികളെ അവയിലെ ശക്തരായ സ്ത്രീ കഥാപാത്രങ്ങളേയോ സ്ത്രീപക്ഷ സാഹചര്യങ്ങളേയോ മുൻനിർത്തി അവതരിപ്പിക്കപ്പെട്ട ഏകാംഗാവതരണങ്ങളാണ്. ഏകാംഗാവതരണങ്ങളിൽ ഏറെയും കവിതകളെ ആധാരമാക്കി രൂപപ്പെടുത്തുമ്പോൾ കാവ്യശില്പത്തിന്റെ രൂപമാണ് പലപ്പോഴും ഇത്തരം അവതരണങ്ങൾക്ക് ലഭിക്കുന്നത്. എങ്കിലും അരങ്ങിനും പ്രേക്ഷകനുമിടയിലുള്ള ദൂരം ഇല്ലാതാക്കുന്ന അവസ്ഥ നല്ലൊരു അന്തരീക്ഷമൊരുക്കുന്നു. കൃതികൾ അപ്പാടെ സ്വീകരിക്കപ്പെടുന്നില്ല എന്നതുമാത്രമല്ല, വ്യത്യസ്തമായ വായനാനുഭവം പങ്കുവെക്കുകയാണ് ഈ രംഗവേദിയിൽ. അഭിനേത്രിയിലെ സ്വത്വം സ്ത്രീത്വത്തിന്റെ കാഴ്ചപ്പാടിൽ നോക്കിക്കാണുകയാണ് ഇവിടെ. അതുകൊണ്ടാണ് സഹ്യന്റെ മകൻ സഹ്യന്റെ മകളായിത്തീരുന്നത്.

എക്കോ ഓഫ് ദ ഡേ

സാഹിത്യകൃതികളും കവിതകളും മാത്രമല്ല ചിത്രരചനയും അവലംബമാക്കിയുള്ള അവതരണങ്ങൾ ഈ മേഖലയിൽ നടക്കുന്നു എന്നതിനുദാഹരണമാണ് സജിത ശങ്കറിന്റെ ചിത്രങ്ങൾക്ക് ദൃശ്യാവിഷ്കാരം നല്കുന്ന ശ്രീലത കടവിലിന്റെ *എക്കോ ഓഫ് ദ ഡേ.* പ്രകൃതിയും

സ്ത്രീയും തമ്മിലുള്ള താദാത്മീകരണത്തിന് അവയെ ക്യാൻവാസിൽ നിന്നടർത്തി പ്രകൃതിയോട് ചേർത്തുനിർത്തി കാണിച്ചുതരുന്ന പ്രത്യക്ഷാനുഭവമാണ് ഈ അവതരണത്തിലൂടെ ശ്രീലത നിർവ്വഹിച്ചത്. ഈയർത്ഥത്തിൽ സ്വതന്ത്രാവിഷ്കാര ഗണത്തിൽ കൂട്ടാവുന്നതാണ് . നിരന്തര പരീക്ഷണ നിരീക്ഷണങ്ങൾക്ക് വിധേയമായിക്കൊണ്ടിരിക്കുന്ന അരങ്ങിലെ സ്ത്രീ ശരീരഭാഷയെ ഇവിടെ പരീക്ഷണത്തിന് വിധേയമാക്കുന്നു. സ്ത്രീശരീരം രംഗഭാഷയിൽ എങ്ങനെ പ്രയോജനപ്പെടുത്താമെന്നുള്ള പരീക്ഷണം. ചുറ്റുപാടുകളോട് അലിഞ്ഞുചേർന്നുകൊണ്ട് പ്രകൃതിയേയും സ്ത്രീശരീരത്തേയും കൂട്ടിച്ചേർക്കുന്ന രംഗഭാഷയ്ക്ക് വേദിയെന്നത് നിശ്ചിതമായൊരിടമല്ല. ചുറ്റിലും ചിതറിക്കിടക്കുന്നതാണത്. അരങ്ങിന്റെ പുറത്തേക്ക് പല പല അരങ്ങുകൾ ക്രമീകരിക്കുന്ന രീതിയിൽ അഭിനേത്രിയുടെ സ്ഥാനം എവിടെയോ, അവിടെ അരങ്ങാകുന്നു. ഒരിടത്തുനിന്നും മറ്റൊരിടത്തേക്ക് സഞ്ചരിച്ച് പ്രേക്ഷകരെ തനിക്കൊപ്പം ക്ഷണിക്കുകയാണീ ദൃശ്യാവിഷ്കാരം ചെയ്യുന്നത്. ഏകാംഗാവതരണത്തിലെ ശ്രദ്ധേയമായ രംഗാവിഷ്കാരമായിരുന്നു *എക്കോ ഓഫ് ദ ഡേ.* ചുറ്റിലുമുള്ള മരങ്ങളും, മണ്ണും, തീയും, ജലവും കഥാപാത്രങ്ങളാക്കി പ്രേക്ഷകനു മുന്നിൽ. പ്രത്യക്ഷത്തിൽ ഇവയിലേക്ക് ആണ്ടുപോകുന്ന താദാത്മ്യം പ്രാപിക്കുന്ന സ്ത്രീശരീരത്തിന്റെ പ്രാധാന്യം പ്രകൃതിയും സ്ത്രീയും ഒന്നാണെന്ന് അടയാളപ്പെടുത്തുന്നു.

ഏതോ ചിറകടിയൊച്ചകൾ

ഈ നൂറ്റാണ്ടിൽ ഏറ്റവും വലിയ ശാപമായ ഭ്രൂണഹത്യയെക്കുറിച്ചും ഇത്തരം ക്രൂരതയ്ക്ക് വിധേയരാകുകയും വിധേയരാക്കപ്പെടുകയും ചെയ്യുന്ന മാതൃത്വത്തിന്റെ പില്ക്കാലാവസ്ഥയെക്കുറിച്ചുമുള്ള പഠനങ്ങളുടെ ഞെട്ടിപ്പിക്കുന്ന സത്യമാണ് *ഏതോ ചിറകടിയൊച്ച*യിലൂടെ ശൈലജ പി അമ്പു പറയാൻ ശ്രമിക്കുന്നത്. ആധുനിക പഠനങ്ങൾ പറയുന്നത് ഭ്രൂണഹത്യ നടത്തുന്ന സ്ത്രീകളിൽ ഭൂരിഭാഗവും പില്ക്കാലത്ത് മനോവിഭ്രാന്തിക്ക് അടിമപ്പെടുന്നു എന്നാണ്. ഇതിന്റെ പശ്ചാത്തലത്തിൽ *ഏതോ ചിറകടിയൊച്ചകൾക്ക്* രംഗാവിഷ്കാരം നല്കാനാണ് സാം ജോർജ്ജ് ശ്രമിച്ചിരിക്കുന്നത്.

നാടകം തുടങ്ങുന്നത് ധർമ്മയുദ്ധം ജയിച്ച പാണ്ഡവരെ അനുഗ്രഹിക്കാനായി കൈയുയർത്തി നില്ക്കുന്ന കുന്തിയിലാണ്. ആ നിമിഷത്തിൽ കുന്തി *ഏതോ ഒരു ചിറകടിയൊച്ച* കേൾക്കുന്നു. ഏതു പക്ഷിയുടേതെന്ന് തിരിച്ചറിയാനാവാത്ത അദൃശ്യമായ ചിറകടി കുന്തിയുടെ ഓർമ്മകളിലൂടെ സ്വയം വിചാരണ ചെയ്യപ്പെടുന്ന കുന്തിയിലെ മാതൃത്വം നാടകാന്ത്യത്തിൽ എത്തുമ്പോഴും തുടക്കത്തിലെ നിലയിൽ അവസാനിക്കുന്നു. ചാക്രികമായ ഓർമ്മകളിലൂടെയുള്ള സഞ്ചാരം അതാണ് നാടകത്തിൽ ആവിഷ്കരിച്ചിരിക്കുന്നത്.

എല്ലാം കഴിഞ്ഞു. ധർമ്മയുദ്ധം പാണ്ഡവർ ജയിച്ചു. അധർമ്മം ഒരുപാട് ഉണ്ടെങ്കിലും. പക്ഷേ, അപ്പോഴും കുന്തിയുടെ പ്രശ്നം അങ്ങനെ തന്നെ നിലനില്ക്കുന്നതായി കാണാം. തന്നെ ആദ്യം മാതൃത്വമെന്തെന്ന്

പഠിപ്പിച്ച ചോരക്കുഞ്ഞിനെ അടുത്തു കണ്ടിട്ടും ലാളിക്കാൻ കഴിയാതെ അവന്റെ മരണം സ്വന്തം ഭ്രാതാക്കളുടെ കൈകളാൽ നടന്നിട്ടും ഒന്നും പറയാൻ കഴിയാതെ കുന്തിയിലെ നിസ്സഹായത ചിറകടിച്ചുയരുന്നു. സാമൂഹികമാന്യതയ്ക്കായി താൻ നഷ്ടപ്പെടുത്തിയതും മറച്ചു പിടിച്ചതും സ്വന്തം മാതൃത്വത്തെയും സ്ത്രീയുടെ ഏറ്റവും വലിയ പുണ്യത്തെയുമാണെന്നും ഒന്നിനുവേണ്ടിയും താനത് നഷ്ടപ്പെടുത്തിക്കൂടായിരുന്നു എന്ന തിരിച്ചറിവ് കുന്തിയിലൂടെ ഈ സമൂഹത്തോട് പറയുകയാണ് പ്രസ്തുത രംഗാവിഷ്കാരം. ഓർമ്മകളിൽ മാതൃത്വമൂട്ടുന്ന കുന്തിയുടെ ഭാവങ്ങൾ യൗവനവും വാർദ്ധക്യവും മാറി മാറി എത്തുന്ന ശരീരഭാഷ തുടങ്ങിയവ ശൈലജ എന്ന അഭിനേത്രിയിലെ അഭിനയ പ്രതിഭയ്ക്ക് ലഭിച്ച ഏറ്റവും വലിയ വെല്ലുവിളിയും; അതിലവർ വിജയിച്ചു എന്നത് അവർക്കുള്ളിലെ അഭിനയപ്രതിഭയെയും വ്യക്തമാക്കുന്നു. ആധുനിക സമൂഹത്തിനുമേൽ പതിച്ച ഭ്രൂണഹത്യ എന്ന ക്രൂരമായ സത്യത്തേക്കാൾ ഭീകരവും ക്രൂരവുമാണ് ഉപേക്ഷിക്കപ്പെട്ടതോ നിഷേധിക്കപ്പെട്ടതോ ആയ മാതൃത്വം നല്കുന്ന വേദനയെന്ന തിരിച്ചറിവാണ് ഈ അവതരണത്തിലൂടെ ശൈലജയും സംവിധായകനായ സാം ജോർജ്ജും പറയാൻ ശ്രമിക്കുന്നത്.

ശൈലജയുടെ തന്നെ *കുഞ്ഞിപ്പാത്തുമ്മ ന്റുപ്പാപ്പായ്ക്കൊരാനേണ്ടാർന്ന്* എന്ന വൈക്കം മുഹമ്മദ് ബഷീറിന്റെ നോവലിന്റെ രംഗാവിഷ്കാരമാണ്. കുഞ്ഞിപ്പാത്തുമ്മ എന്ന കഥാപാത്രത്തെ നോവലിൽനിന്ന് കടമെടുത്ത് യാഥാർത്ഥ്യത്തെ അംഗീകരിക്കാൻ കഴിയാത്ത മൂഢസ്വർഗ്ഗത്തിൽ കഴിയുന്നവരെ ചിന്തിപ്പിക്കുകയും ചിരിപ്പിക്കുകയും ചെയ്യുന്ന തരത്തിൽ ഒരുക്കിയെടുത്ത രംഗാവിഷ്കാരം ഏറെ ശ്രദ്ധേയമായി. ജീവിതത്തിൽ ധനവും, ആഢ്യത്വവുംകൊണ്ട് ഒന്നും സംഭവിക്കുന്നില്ല. പച്ചയായ യാഥാർത്ഥ്യങ്ങളിൽ തകർന്നുപോകരുതെന്ന് നിഷ്കളങ്കയായ പാത്തുമ്മയിലൂടെ ശൈലജ പറയുന്നു. *കുഞ്ഞിപ്പാത്തുമ്മ* ഹാസ്യാത്മകമായിട്ടാണവതരിപ്പിക്കുന്നത്.

പ്രൊസീനിയം സ്റ്റേജിൽ *ഏതോ ചിറകടിയൊച്ചകൾ* അവതരിപ്പിച്ചപ്പോൾ പൊതുനിരത്തിൽ മാനവീയം വീഥിയിലാണ് *കുഞ്ഞിപ്പാത്തുമ്മ* അരങ്ങേറിയത്. *ചിറകടിയൊച്ച*യിലെ രംഗസജ്ജീകരണങ്ങളും ലൈറ്റിങ്ങും വേഷങ്ങളുടെയും പ്രത്യേകത അതൊരു തികഞ്ഞ അമച്വർ നാടക രൂപത്തിന്റേതാകുന്നു. ഒപ്പം പശ്ചാത്തല സംഗീതത്തിന്റെ പ്രത്യേകതയും തോൽപ്പാവകളും ചിറകടിയൊച്ചയിലെ കഥാപാത്രങ്ങളായി പ്രത്യക്ഷപ്പെടുന്നു. എടുത്തു പറയത്തക്കതായൊരു ഘടകം ദീപവിതാനത്തിലെ പ്രത്യേകത കൂടിയാണ്. കുന്തിയെ രാജമാതാവായിക്കാണാനും സാധാരണ സ്ത്രീയായിക്കാണാനും അവസരമൊരുക്കുന്ന രംഗാവിഷ്കാരമാണ് ആ ഏകാംഗത്തിലെ പ്രത്യേകത. *കുഞ്ഞിപ്പാത്തുമ്മ* ബഷീർ കൃതികളിലെ നിഷ്കളങ്കതയും ലാളിത്യവും ആവേശിച്ചുകൊണ്ട് ഇന്നത്തെ പാത്തുമ്മയായി നമുക്കിടയിൽ നില്ക്കുമ്പോൾ മറ്റ് രംഗസജ്ജീകരണങ്ങൾതന്നെ ആവശ്യമില്ലാതാകുന്നു.

മാധ്യമപ്രവർത്തകരായ പി സി ഹരീഷും(*കേരളകൗമുദി*) ജിഷ

യും(*ദേശാഭിമാനി*) തമ്മിലുള്ള കൂട്ടുകെട്ടിലൂടെ ഉടലെടുത്ത പത്തിലധികം ഏകാംഗങ്ങൾ അവതരണമികവുകൊണ്ടും രചനയിലെ പ്രത്യേകത കൊണ്ടും ഏറെ ശ്രദ്ധേയമായി. സ്ത്രീസ്വാതന്ത്ര്യത്തിന്റെയും അവളുടെ സ്വയം നിർണ്ണയാവകാശത്തിന്റെയും പ്രതീകമായി സ്വവർഗ്ഗരതിയെ അട യാളപ്പെടുത്തുന്ന ദൃശ്യാവിഷ്കാരമായ *ചന്ദനമരങ്ങളിൽ* ഷീലയും കല്ല്യാ ണിക്കുട്ടിയും ഇന്ദുമേനോന്റെ *ജലത്തിനുമുകളിലൂടെ നടക്കുന്ന കന്യക മാർ* എന്ന കൃതിയിലെ അമുദവും റസിയയുമായി കണ്ടുമുട്ടുമ്പോൾ എന്തു സംഭവിക്കുന്നു എന്ന അന്വേഷണം മുന്നോട്ടു വയ്ക്കുന്നു. ഇവിടെ മാധവിക്കുട്ടിയുടെ തലമുറയിൽനിന്ന് ഇന്ദുമേനോന്റെ തലമുറയിലെത്തു മ്പോഴുള്ള മാറ്റങ്ങളും അതിന്റെ രാഷ്ട്രീയവും പരിശോധിക്കുന്നു കൂടി യുണ്ട്. തിരുവനന്തപുരം വൈലോപ്പിള്ളി സംസ്കൃതി ഭവനിലാണിതവ തരിപ്പിച്ചത്. ബഹ്റൈൻ-മാഹി അസോസിയേഷന്റെ സഹകരണ ത്തോടെ മയ്യഴി നഗരസഭയുടെ ആഭിമുഖ്യത്തിൽ 2009 ആഗസ്ത് 14 ന് *മയ്യഴിയുടെ തീരങ്ങളിൽ* എന്ന നാടകം ആദ്യമായി അരങ്ങു കണ്ടു. മയ്യ ഴിയുടെ മറയുന്ന കാലഘട്ടത്തിന് സാക്ഷിയായ കറുമ്പിയമ്മയും, ഗിരി ജയും, ദാമുറൈറ്ററും ഇവിടെ കഥാപാത്രങ്ങളായെത്തുമ്പോൾ, സമൂഹ ത്തിന്റെ ശാപമായി മാറിക്കൊണ്ടിരിക്കുന്ന സ്ത്രീപീഡനത്തിനും സ്ത്രീകൾക്കെതിരെയുള്ള അതിക്രമങ്ങൾക്കും നേരെ ഉയർത്തിപ്പിടിച്ച കണ്ണാടിയായിത്തീരുന്നു. *നമുക്കിടയിൽ ഏതോ ഒരു സ്ത്രീ ബോംബു ണ്ടാക്കുന്നു* എന്ന അവതരണം 2010 ഫെബ്രുവരിയിൽ ഡിസി ബുക്സിന്റെ അന്താരാഷ്ട്ര പുസ്തകോത്സവത്തോടനുബന്ധിച്ച് എറണാ കുളം മറൈൻ ഡ്രൈവ് ഗ്രൗണ്ടിൽ അരങ്ങേറി. അലക്കുകാരി കല്ല്യാണി യുടെ സ്വന്തം ജീവിതത്തിലൂടെയാണ് നാടകം കടന്നുപോകുന്നത്. വേട്ട ക്കാർ സമൂഹത്തിൽ തലയുയർത്തിപിടിച്ച് നടക്കുമ്പോൾ നാമെന്താണ് ചെയ്യേണ്ടത്? എന്താണിതിനൊരു പോംവഴി? എന്നിങ്ങനെയുള്ള ചോദ്യ ങ്ങളുയരുകയാണ്.

ഒ വി വിജയന്റെ *ഖസാക്കിന്റെ ഇതിഹാസം* അരങ്ങിലെത്തുമ്പോൾ നോവലിൽ ഒരിക്കലും ഖസാക്കിൽ വന്നിട്ടില്ലാത്ത പത്മ രവിയെത്തേടി ഖസാക്കിലേക്ക് വരികയാണ്. പത്മ രവിയിലൂടെ അറിഞ്ഞ ഓരോരുത്ത രേയും നേരിൽ കണ്ട് സംസാരിക്കുന്നു. മൈമൂനയേയും കുഞ്ഞാമിന യേയും ആബിദയേയും ചാന്തുമ്മയേയും അപ്പുക്കിളിയേയും മൊല്ലാക്ക യേയും അവളിവിടെ കാണുന്നു. ശാസ്ത്രത്തിലും ഗ്രന്ഥത്തിലും ഗവേ ഷണപഠനങ്ങളിലും നേടിയ അറിവുകളെല്ലാം ശക്തവും സ്വതന്ത്രവുമായ ഗ്രാമീണ ജീവിതത്തിന്റെ യാഥാർത്ഥ്യത്തെ തിരിച്ചറിയുന്നു. ഇത്തരത്തിൽ നോവലിൽ സംഭവിക്കാത്ത ഒന്നാണ് ഈ അന്വേഷണം. പത്മ ഖസാ ക്കിലെത്തിയാൽ എന്തുസംഭവിക്കുമെന്ന അന്വേഷണം അതാണിതിലൂടെ ആവിഷ്കരിക്കപ്പെടുന്നത്.

*പ്രകാശം പരത്തുന്ന പെൺകുട്ടി*കളിൽ ടി പത്മനാഭന്റെ അഞ്ച് പ്രശസ്ത കഥകളിലെ ആറ് കഥാപാത്രങ്ങളെ ഒരുമിച്ച് രംഗത്തവതരി പ്പിക്കുകയാണ്. *കടലി*ലെ അമ്മയും മകളും, ഗൗരി *കടയനല്ലൂരിലെ സ്ത്രീ, മഞ്ഞനിറമുള്ള റോസാപ്പൂ*വിലെ പെൺകുട്ടി. കഥാപാത്രങ്ങൾ പരസ്പരം

പങ്കുവെക്കുന്ന ആകുലതകളിലൂടെയും ആഹ്ലാദങ്ങളിലൂടെയും കഥാസന്ദർഭം പുരോഗമിക്കുന്നു. പ്രകാശം പരത്തുന്ന പെൺകുട്ടി ആ കഥയിലെ മാത്രം പെൺകുട്ടിയല്ല മറിച്ച് പത്മനാഭന്റെ മിക്കവാറും കൃതികളിൽ വെവ്വേറെ രൂപഭാവങ്ങളിൽ അവളെ കണ്ടുമുട്ടാൻ കഴിയും എന്ന കാഴ്ചപ്പാടാണ് ഈ ദൃശ്യാവിഷ്കാരം മുന്നോട്ട് വയ്ക്കുന്നത്. കൂടാതെ സ്വന്തം ശരീരത്തിന്റെ തടവറയിൽനിന്ന് പുറത്ത് കടക്കാൻ ഭാഗ്യം ലഭിച്ച ഈ സ്ത്രീകളെ കാത്തിരിക്കുന്ന വിധി എന്താണെന്നൊരു അന്വേഷണം കൂടി മുന്നോട്ടുവെക്കുന്നു.

സി വി ബാലകൃഷ്ണന്റെ *ആയുസ്സിന്റെ പുസ്തക*ത്തിലെ നാല് സ്ത്രീകഥാപാത്രങ്ങൾ(സാറയും, റാഹേലും, മേരിയും, ആനിയും) പുതിയ കാലത്തിന്റെ പുതിയ വെളിച്ചത്തിൽ പാപപുണ്യങ്ങളെക്കുറിച്ചുള്ള പുനർനിർവ്വചനങ്ങളുമായാണ് ആസ്വാദകർക്ക് മുന്നിലെത്തുന്നത്. പി സി ഹരീഷിന്റെ സംവിധാനത്തിൽ ഈ ഏകാംഗം ദീപിക രാധാകൃഷ്ണനും പിന്നീട് അഷിത അഷ്റഫും അവതരിപ്പിക്കുകയുണ്ടായി. നോവലിസ്റ്റിന്റെ സാന്നിദ്ധ്യത്തിലാണ് ഇതിന്റെ രംഗാവിഷ്കാരം നടന്നത് എന്നത് ഇതിന്റെ മറ്റൊരു പ്രത്യേകതകൂടിയാണ്. ഏകാംഗാവതരണ സംരംഭങ്ങളിലെ മറ്റൊരു ശ്രദ്ധേയമായ അനുവർത്തനാവിഷ്കാരമായിരുന്നു പി സി ഹരീഷിന്റെ സംവിധാനത്തിൽ ദീപിക രാധാകൃഷ്ണൻ അവതരിപ്പിച്ച *കഥയാട്ടം*. പേര് സൂചിപ്പിക്കുന്നതുപോല തന്നെ അതൊരു പകർന്നാട്ടമായിരുന്നു. ഒന്നിൽനിന്ന് മറ്റൊന്നിലേക്ക് മാറി മാറി മലയാള സാഹിത്യകൃതികളിലെ അൻപത് അവിസ്മരണീയ സത്രീ കഥാപാത്രങ്ങൾക്ക് ജീവൻ നല്കിയ ഏകാംഗാവതരണമായിരുന്നു *കഥയാട്ടം*. ഇന്ത്യൻ നാടകവേദിയിൽത്തന്നെ ഇതാദ്യമായാണ് ഒരു അഭിനേത്രി അൻപത് കഥാപാത്രങ്ങളെ ഒരേ സമയം ഒരാവിഷ്കാരത്തിലൂടെ അരങ്ങിലെത്തിക്കുന്നത്. സാഹിത്യത്തിലെ ശക്തരായ സ്ത്രീകഥാപാത്രങ്ങൾ പരസ്പരം കണ്ടുമുട്ടുകയും സ്വയം പരിചയപ്പെടുത്തി അന്യോന്യം മനസ്സിലാക്കുകയാണിതിൽ. ഒ ചന്തുമേനോന്റെ *ഇന്ദുലേഖ*യിൽ തുടങ്ങി പത്മരാജന്റെ *ഉദകപ്പോളയിലെ ക്ലാര*യിൽ കഥാപാത്രങ്ങളുടെ രംഗപ്രവേശം അവസാനിക്കുന്നു. ഒരു വേദിയിൽ പ്രേക്ഷകമദ്ധ്യത്തിൽ ഒന്നുമാറി ഒന്നുമാറി ഇത്ര സങ്കീർണ്ണമായ അവതരണം കാഴ്ചവെക്കുകയെന്നത് ദീപികയിലെ അഭിനയപ്രതിഭയുടെ മാറ്റുകൂട്ടുന്നു.

ആത്മകഥാംശം ഉൾക്കൊള്ളുന്ന അനുവർത്തന രംഗാവിഷ്കാരമായിരുന്നു ഷൈനി അവതരിപ്പിച്ച സിസ്റ്റർ ജെസ്മിയുടെ *ആമേന്റെ* ഏകാംഗാവതരണം. സഭാധികാരികളുടെ അഴിമതിയും വഞ്ചനകളും ചതിയും ലൈംഗിക അരാജകത്വവുമൊക്കെ മറനീക്കി കാണിക്കുന്നതിനിടയിലും സിസ്റ്ററുടെ ഉള്ളിലെ ഈശോവിനോടുള്ള സ്നേഹം വളർന്നു വരുന്നതും ശക്തമാകുന്നതും സോളമന്റെ ഉത്തമഗീതത്തിലെ വരികളിലൂടെയാണ് ദൃശ്യവല്ക്കരിക്കപ്പെട്ടിരിക്കുന്നത്. മുപ്പത് വർഷത്തെ കന്യാസ്ത്രീ ജീവിതത്തിനുശേഷം തിരുവസ്ത്രം ഉപേക്ഷിച്ചിട്ട് സഭവിട്ടിറങ്ങിയ സിസ്റ്റർ ജസ്മിയുടെ ആത്മകഥയാണ് *ആമേൻ*.

അഷിത അഷ്റഫ് അവതരിപ്പിച്ച *പെണ്ണും പുലിയും*, *ഇനിയും മരി*

ക്കാത്ത ഭൂമി, ഭാർഗ്ഗവീനിലയം എന്നിവയും അനുവർത്തന ഏകാംഗാവതരണങ്ങളിലെ ശ്രദ്ധേയമായ രംഗാവിഷ്കാരങ്ങളാണ്. 2011 മെയ് 9 മുതൽ 11 വരെ തിരുവനന്തപുരം വൈലോപ്പിള്ളി സംസ്കൃതി ഭവനിൽ സംഘടിപ്പിച്ച വൈലോപ്പിള്ളി ജന്മശതാബ്ദി ആഘോഷത്തിന്റെ സമാപനത്തിലാണ് *പെണ്ണും പുലിയും* അരങ്ങേറിയത്. വൈലോപ്പിള്ളി കവിതയുടെ രംഗാവിഷ്കാരമായിരുന്നു അത്. പ്രസ്തുത ഏകാംഗത്തിൽ കുറിയേടത്ത് താത്രിയും സഹ്യന്റെ മകളും തമ്മിലുള്ള കണ്ടുമുട്ടലും ഒരുക്കിയിരിക്കുന്നു.

ഒ എൻ വിയുടെ *ഭൂമിക്കൊരു ചരമഗീത*ത്തെ അടിസ്ഥാനമാക്കി അവതരിപ്പിച്ചതായിരുന്നു *ഇനിയും മരിക്കാത്ത ഭൂമി*. ഇതിന്റെ അവതരണത്തിന് കവിയും എത്തിച്ചേർന്നിരുന്നു. കവിതയിൽ നിന്നിറങ്ങി ഭൂമിക്ക് ഇനിയൊരു പുനർജ്ജനിയുണ്ടാകില്ലേ ഈ മൃതാവസ്ഥയിൽനിന്ന് എന്ന ചോദ്യവുമായി അഭിനേത്രി കവിയെ തന്നെ സമീപിക്കുകയാണ്. ഇത്തരത്തിൽ ഭൂമിക്ക് ഉദകക്രിയ നടത്താൻ തനിക്കാവില്ലെന്ന് പറഞ്ഞ് കേഴുന്ന അരങ്ങിലെ ഭൂമിയുടെ പ്രതിനിധിയെ, കവിയെത്തന്നെ യഥാർത്ഥ കവി ആശ്വസിപ്പിക്കുകയാണ്. ഭൂമിയുടെ ഉയിർത്തെഴുന്നേല്പിനെ സ്വാഗതം ചെയ്യുന്ന രംഗാവിഷ്കാരം കവിതയുടെ പുതിയൊരു വായനാനുഭവം സമ്മാനിക്കുന്ന ദൃശ്യാവിഷ്കാരമായിത്തീരുന്നു. ഒപ്പം അഷിത എന്ന അഭിനേത്രിയിലെ അഭിനയപ്രതിഭയുടെ മാറ്റുരയ്ക്കപ്പെടുകയും ചെയ്തു.

സാഹിത്യകൃതികളിലെ രംഗപാഠങ്ങളിൽ അടുത്തത് സാറാ ജോസഫിന്റെ *രാമായണ കഥ*യെ ആസ്പദമാക്കി അവതരിപ്പിച്ച *പെണ്ണുപൂക്കുന്ന നാട്* എന്ന ഏകാംഗാവതരണമാണ്. വളരെ മുൻപ് സജിത എം അവതരിപ്പിച്ച *മുടിത്തെയ്യവും* പ്രസ്തുത എഴുത്തുകാരിയുടെ രചനയെ അവലംബിച്ചുള്ളതായിരുന്നു. തികഞ്ഞ സ്ത്രീപക്ഷ സ്വാധീനം പുലർത്തുന്ന ശക്തമായ എഴുത്തുകളാണിവ രണ്ടും എന്നതുകൊണ്ടു തന്നെ ദൃശ്യാവിഷ്കാരത്തിൽ കൃത്യമായ സ്തീപക്ഷ വായനയൊരുക്കാൻ ഇതിന്റെ സംവിധായകർക്കും അഭിനേത്രിമാർക്കും കഴിഞ്ഞു. എഴുത്തുകാരിയുടെ സാന്നിദ്ധ്യത്തിലാണിത് അവതരിപ്പിക്കപ്പെട്ടത് എന്നത് മറ്റൊരു സവിശേഷത. ഇതുപോലെതന്നെ മലയാളിയല്ലെങ്കിലും ഇന്ന് കേരളത്തിന്റെ നാടകലോകത്ത് സ്വതന്ത്രമായി സഞ്ചരിക്കുന്ന യാസ്മിൻ ജസ്വന്ദ് വാലാ അവതരിപ്പിച്ച *ലേഡി മാക്ബത്തും* സ്ത്രീപക്ഷ ഏകാംഗാവതരണങ്ങളിലെ ശ്രദ്ധേയമായ ആവിഷ്കാരമായിരുന്നു.

ജിഷയും, അഷിതയും, ഷൈനിയും, ദീപിക രാധാകൃഷ്ണനനും മഹലിൽനിന്ന് പുറത്താക്കപ്പെട്ട മലപ്പുറത്തെ മൻസിയ, റൂബിയ എന്നിവരും (*ചന്ദനമരങ്ങൾ* അവതരിപ്പിച്ചിരുന്നു) പി സി ഹരീഷിന്റെ സംവിധാനത്തിലാണ് രംഗാവതരണങ്ങൾ നടത്തിയത്. പക്ഷേ, അഭിനേത്രികൾ തുറന്നു സമ്മതിക്കുന്ന ഘടകം അവതരണങ്ങളിൽ തങ്ങളുടേതായ സ്വാതന്ത്ര്യം അങ്ങേയറ്റം ലഭിച്ചതുകൊണ്ടുതന്നെ തങ്ങൾക്ക് പരിചിതമായ രൂപഭാവങ്ങളിലേക്ക് കഥാപാത്രങ്ങളെ കൊണ്ടുവരാനും അവതരിപ്പിക്കാനും കഴിഞ്ഞു എന്നതാണ്. ഏകാംഗാവതരണങ്ങൾ തെരഞ്ഞെടുക്കുന്നതിനു പിന്നിലെ മനോഭാവവും ഈ സ്വാതന്ത്ര്യേച്ഛതന്നെയാണ്.

മിക്കവാറും ഈ അവതരണങ്ങളെല്ലാം ആൾക്കൂട്ടത്തിനിടയിലും പ്രേക്ഷകരെക്കൂടി പങ്കാളികളാക്കിയുമാണ് അവതരിപ്പിക്കപ്പെട്ടിട്ടുള്ളത്. പ്രേക്ഷകരെക്കൂടി കഥാപാത്രങ്ങളാക്കുന്ന പ്രത്യേകത, ചുരുങ്ങിയ രംഗ സാമഗ്രികൾ, വ്യക്തമായ സാമൂഹിക രാഷ്ട്രീയ പശ്ചാത്തലത്തിൽ സ്ത്രീകഥാപാത്രങ്ങളെ മുൻനിർത്തിയുള്ള അവതരണം, ഇന്നത്തെ സമൂഹത്തിലെ സ്ത്രീ നേരിടുന്ന പ്രശ്നങ്ങളും മനോവിചാരങ്ങളും പ്രാധാന്യത്തിലെടുത്തുള്ള സ്ത്രീപക്ഷ വായന സാദ്ധ്യമാക്കുന്ന രംഗാവിഷ്കാരം ഇവയാണ് അവതരണത്തിന്റെ പ്രത്യേകത. കഥാപാത്രങ്ങൾ കഥയിൽ നിന്നിറങ്ങി ഗ്രന്ഥകർത്താവിനോടും കവിയോടും ചോദ്യങ്ങൾ ചോദിക്കുന്ന തരത്തിലുള്ള ആവിഷ്കാരങ്ങൾ ഒരേ സമയം നാടകത്തിനകത്തും പുറത്തും നിർത്തി പ്രേക്ഷകനിൽ ചലനം സൃഷ്ടിക്കുന്നു. *ആയുസ്സിന്റെ പുസ്തകം* അവതരിപ്പിച്ചപ്പോൾ ഒരു പ്രേക്ഷകനോട് അഭിനേത്രി 'തന്റെ കൈവിരലുകൾ തൊട്ടുനോക്കൂ മരണത്തിന്റെ തണുപ്പറിയുന്നില്ലേ, എന്നു ചോദിക്കുകയുണ്ടായി. അയാളെ ആ അനുഭവം വല്ലാതെ സ്പർശിച്ചു എന്ന നാടകവുമായി യാതൊരു ബന്ധവുമില്ലാത്ത, വായനയില്ലാത്ത ആ മനുഷ്യൻ ഏറ്റുപറയുമ്പോൾ ഇത്തരത്തിൽ പ്രേക്ഷക പങ്കാളിത്തത്തോടെ നടത്തുന്ന ഏകാംഗ അവതരണങ്ങളുടെ പ്രാധാന്യം വ്യക്തമാകുന്നു.

ഏകാംഗാവതരണ സങ്കേതത്തിൽ ഏറ്റവും കൂടുതൽ ആവശ്യപ്പെടുന്നത് പ്രേക്ഷകരുടെ ഊർജ്ജസ്വലമായ പ്രതികരണംകൂടിയാണ്. ഒരു ഏകാംഗാവതരണത്തിൽ കേവലാഭിനയമോ പ്രതിഭയോ മാത്രം പ്രതിഫലിപ്പിക്കുകയല്ല. അതിനുള്ളിൽ സംവിധായകന്റെയും എഴുത്തുകാരന്റെയും ഡിസൈനറുടെയും, കമ്പോസറുടേയുമൊക്കെ ഭാഗങ്ങൾ അതാതിന്റെ സജീവതയോടെ നിലനിർത്തപ്പെടുന്നുണ്ട്. ഒന്നിലധികം കഥാപാത്രങ്ങളെ, അഭിനേതാക്കളെ രംഗത്ത് അവതരിപ്പിക്കുന്ന രംഗാവതരണങ്ങളേക്കാൾ ഒട്ടും നിസ്സാരവല്ക്കരിക്കത്തക്കതല്ല ഓരോ ഏകാംഗാവതരണങ്ങളും.

അരങ്ങിലെത്തി കൈകെട്ടിനിന്ന് കൃത്യമായ മാർഗ്ഗരേഖയിലൂടെ സംസാരിച്ച് പഠിച്ച സംഭാഷണം തെറ്റാതെ ഉരുവിട്ട് മറയുന്ന കേവല വാക്ചാതുരിയിൽനിന്ന് ദൃശ്യഭാഷയുടെ ജീവൻ ഉൾക്കൊണ്ട് അഭിനയത്തിന്റെ പുത്തൻ ശരീരഭാഷ രചിക്കാൻ ഒരു പ്രേക്ഷകസദസ്സിനെ മുഴുവൻ ഒറ്റയാളിലേക്കാകർഷിക്കാൻ തക്ക അഭിനയശേഷിയും കരുത്തുമുള്ള അഭിനേത്രികളാണ് തങ്ങളെന്ന് തെളിയിച്ചു കഴിഞ്ഞവരാണ് മലയാളനാടകവേദിയിലെ സ്ത്രീനാടകപ്രവർത്തകരായ ഓരോ ഏകാംഗിനികളും. അതിനു സാക്ഷ്യം വെക്കുന്നതോ അവർ അവതരിപ്പിച്ച അവതരിപ്പിച്ചു കൊണ്ടിരിക്കുന്ന ജീവസ്സുറ്റ രംഗാവിഷ്കാരങ്ങളും.

8

ആണ്ടുബലിയിലെ സ്ത്രീപക്ഷം

രാമായണ മഹാഭാരതങ്ങളെ ആധാരമാക്കി നിരവധി രംഗസൃഷ്ടികളും രംഗാവതരണങ്ങളും ഉണ്ടായിട്ടുണ്ട്. സി എൻ ശ്രീകണ്ഠൻനായരുടെ നാടകത്രയം (*സാകേതം, ലങ്കാലക്ഷ്മി, കാഞ്ചനസീത*) ജി ശങ്കരപ്പിള്ളയുടെ *കറുത്ത ദൈവത്തെത്തേടി, ഏതോ ചിറകടിയൊച്ചകൾ* എല്ലാം ഏറെ ശ്രദ്ധേയങ്ങളാണ്. *ആണ്ടുബലി* അക്കൂട്ടത്തിൽ പുതിയൊരു ദൃശ്യാനുഭവവും രംഗപാഠവുമാകുന്നു. ഡോ വയലാ വാസുദേവൻപിള്ള രചനയും സംവിധാനവും നിർവ്വഹിച്ച പ്രസ്തുതനാടകത്തിന്റെ ആദ്യ അരങ്ങിൽ എം ഫിൽ തീയേറ്റർ ആന്റ് വിഷ്വൽ ആർട്സ് ഡിപ്പാർട്ട്മെന്റിലെ വിദ്യാർത്ഥികളാണ് അരങ്ങിലും അണിയറയിലും എത്തിയത്. ഒരു മണിക്കൂറിലധികം നീണ്ട അവതരണം സെനറ്റ് ഹാളിൽ കൂടിയ സദസ്സിന് പുതിയൊരു കാഴ്ചാനുഭവം നല്കി.

(ഉള്ളടക്കം ഇതിവൃത്തം)

മഹാഭാരതത്തിലെ കുരുക്ഷേത്രയുദ്ധത്തെ ആധാരമാക്കി എഴുതപ്പെട്ട ആധുനിക നാടകമാണ് *ആണ്ടുബലി.* കുരുക്ഷേത്രയുദ്ധത്തിന്റെ മഹാരഥന്മാരായ പഞ്ചപാണ്ഡവർ എല്ലാവർഷവും മഹായുദ്ധത്തിൽ കൊല്ലപ്പെട്ടവർക്ക് ബലിയർപ്പിക്കാൻ മടങ്ങിയെത്തുമെന്ന വിശ്വാസം ഹരിയാനയിലെ ഗ്രാമപ്രദേശങ്ങളിൽ നിലനില്ക്കുന്നു. അങ്ങനെയെത്തിച്ചേർന്ന പാണ്ഡവരെ കാണിക്കാനായി നാടകം തയ്യാറാക്കുന്നതായിട്ടാണ് *ആണ്ടുബലി*യുടെ തുടക്കം. നാടകം ഇഷ്ടപ്പെട്ടാൽ പഞ്ചപാണ്ഡവർ അനുഗ്രഹാശിസ്സുകൾ ചൊരിയും ഭൂമിയിലേക്ക് ഇറങ്ങിവരും അല്ലെങ്കിൽ മടങ്ങിപ്പോകും. ഇത്തരമൊരു മിത്തിലൂടെ ആധുനികലോകത്തിലെ ഭീകരപ്രവർത്തനങ്ങളെയും ആക്രമണങ്ങളെയും എതിർക്കുകയും ചൂഷണ

ങ്ങൾക്കും മഹായുദ്ധഭീഷണികൾക്കും ഇരകളായ മനുഷ്യർക്ക് ഒരു പുനർചിന്തയ്ക്കുള്ള അവസരമൊരുക്കുകയും കൂടിയാണ് ഈ നാടകം.

മൂന്ന് പ്രധാന ബിംബങ്ങളാണ് നാടകത്തിന്റെ ക്രിയാംശത്തെ നയിക്കുന്നത്. ഗാന്ധാരി തേടുന്ന ധർമ്മത്തിന്റെ താക്കോൽ, ദ്രൗപതിയുടെ അഴിഞ്ഞുലഞ്ഞ മുടിയുടെ പരിഹാരം, സുഭദ്ര നേടാനാഗ്രഹിക്കുന്ന കിരീടം. നാടകാവസാനത്തിൽ സുയോധനനിൽനിന്ന് കണ്ടെടുത്ത് ആ കിരീടവും ധർമ്മത്തിന്റെ താക്കോലും അധികാരത്തിന്റേതായിത്തീർന്ന് ഒടുവിൽ ജനങ്ങളിലേക്ക് എത്തിച്ചേരുന്നു. ഇതിലൂടെ അധികാരവും ജനാധിപത്യമെന്ന യാഥാർത്ഥ്യത്തിന്റെ ശക്തിയെയും ദൗർബല്യത്തെയും മുതലാളിത്തത്തിന്റെ ഇല്ലായ്മയെയും തുറന്നുകാട്ടുന്നു. ദ്രൗപതിയുടെ അണയാത്ത പ്രതികാരത്തിന്റെ പ്രതീകമായ അഴിഞ്ഞുലഞ്ഞ മുടി ഏവരും ചേർന്ന് കെട്ടിവെക്കുന്നു. അതിലൂടെ മനുഷ്യഹൃദയങ്ങളിൽ കുടികൊള്ളുന്ന പകയും വിദ്വേഷവും തീർന്ന് ഏവരും ഒന്നാകണമെന്ന സന്ദേശം നല്കുന്നു. എക്കാലത്തും യുദ്ധക്കെടുതികൾ ഏറ്റവും കൂടുതൽ അനുഭവിക്കുന്നത് സ്ത്രീകളാണ്. വിഖ്യാതനായ ബ്രെഹ്തോൾഡ് ബ്രെഹതിന്റെ *മദർ കറേജ് ആന്റ് ഹെർ ചിൽഡ്രൻ* പ്രതിപാദിക്കുന്നതും യുദ്ധക്കെടുതിക്കിടയിൽ തന്റെ മനസ്സ് കല്ലാക്കി മക്കളെ ചേർത്തു നിർത്തി സംരക്ഷിക്കാൻ ശ്രമിക്കുന്ന അമ്മയെയാണ്. ഇവിടെ ഗാന്ധാരിയുടെ കഥാപാത്രവും ഇത്തരത്തിൽ മദറിനോട് ചേർത്ത് വെക്കപ്പെടുന്നു. യുദ്ധം പശ്ചാത്തലമായി രചിക്കപ്പെട്ട '*മദർ കറേജിന്റെയും,*' മാക്സിം ഗോർക്കിയുടെ '*മദറി*'ന്റെയും സാദൃശ്യം *ആണ്ടുബലിയിൽ* കൈമോശം വന്ന ധർമ്മത്തിന്റെ താക്കോൽക്കൂട്ടം അന്വേഷിക്കുന്ന ഗാന്ധാരിയിലും കർണ്ണൻ ജീവിച്ചിരിക്കുമ്പോഴും ലോകത്തോട് തന്റെ മാതൃത്വം മറച്ചുവെക്കേണ്ടിവന്ന കുന്തിയിലും സുഭദ്രയിലും ഹിഡുംബിയിലൂടെയുമാണ് മാതൃത്വത്തിലെ തീക്ഷണതയും വ്യത്യസ്തതയും പരീക്ഷണങ്ങളും വിധിയുമൊക്കെ ചർച്ചചെയ്യപ്പെടുന്നത്. ബംഗാളിലും, ബീഹാറിലും, കാശ്മീരിലും, ലാഹോറിലും, മുംബൈ കലാപങ്ങളിലും പരിശോധിച്ചാൽ മനസ്സിലാകും. ലഹളകളും കലാപങ്ങളും ഏറെ ചൂഷണം ചെയ്തതും ചുട്ടുചാമ്പലാക്കിയതും സ്ത്രീസമൂഹത്തെയാണെന്ന്. ഇവിടെ *ആണ്ടുബലി* എന്ന നാടകത്തിലൂടെ സ്ത്രീകൾതന്നെ മുൻകൈയെടുത്ത് കൃഷ്ണ ദുര്യോധനാദികളെ നിയന്ത്രിക്കാൻ കഴിയുമെന്നും അതിലൂടെ ധർമ്മവും സമാധാനവും നിലനിർത്താൻ കഴിയുമെന്നും പറയുന്നു.

പഞ്ചപാണ്ഡവർ ആണ്ടുബലിയർപ്പിക്കാൻ ഭൂമിയിലേക്ക് എഴുന്നെള്ളുന്ന ദിവസം പൂജാരി കുരുക്ഷേത്രത്തിൽ അവരെ സ്വീകരിക്കാനൊരുങ്ങുന്നു. അവരെ കാണിക്കാൻ തദ്ദേശവാസികളായ സ്ത്രീകളുടെ പ്രതികരണസംഘം തയ്യാറാക്കുന്ന നാടകം കുരുക്ഷേത്രയുദ്ധത്തിന്റെ പശ്ചാത്തല പുനരാവിഷ്കരണമാകുന്നു.

അഞ്ച് രംഗങ്ങളായി തിരിച്ചിരിക്കുന്ന നാടകത്തിന്റെ ആദ്യ രംഗത്തിലെത്തുന്ന പൂജാരി ക്രമേണ നാടകത്തിനുള്ളിലെ നാടകത്തിലെ സംവി

ധായകനായി മാറുന്നു. മേധ, സാറ, അരുന്ധതി, സ്നേഹ, അജിത തുടങ്ങി സംഘാംഗങ്ങൾ യഥാക്രമം ഗാന്ധാരി, കുന്തി, ദ്രൗപതി, സുഭദ്ര ഹിഡുംബി എന്നിവരായി മാറുന്നു. കൂടാതെ കർണ്ണൻ, അർജ്ജുനൻ, അഭിമന്യു, ശകുനി, വിദുരർ, സേനാനി എന്നിങ്ങനെ വേറെയും കഥാപാത്രങ്ങൾ എത്തുന്നു. രണ്ടാം രംഗത്തിൽ തോഴിയും സുഭദ്രയും തമ്മിലുള്ള കൂടിക്കാഴ്ചയിൽ വീരനായ ഭർത്താവും അഭിമന്യുവുമുള്ളപ്പോൾ പാണ്ഡവർ ജയിക്കും. അങ്ങനെ ജയിച്ചാൽ അർജ്ജുനൻ മഹാരാജാവും താൻ മഹാറാണിയുമാകുമെന്ന് സ്വപ്നം കാണുന്ന സുഭദ്രയുടെ ഉള്ളിലെ അധികാരമോഹം വ്യക്തമാക്കുമ്പോൾ തൊട്ടടുത്ത രംഗത്തിൽ അഭിമന്യുവിന്റെ മരണം അതിമോഹത്തിന് തിരശ്ശീലയിടുന്നു. അധികാരമോഹത്തിനും ധർമ്മയുദ്ധം അധർമ്മമായിത്തീർന്നതും കളഞ്ഞുപോയ ധർമ്മത്തിന്റെ താക്കോൽ നേടിയെടുക്കാൻ ആരും ആഗ്രഹിക്കാത്തതിലും വിഷണ്ണയാകുന്ന ഗാന്ധാരി ശത്രുവെന്നോ മിത്രമെന്നോ ഭേദമില്ലാതെ മരിച്ചുവീഴുന്ന ഓരോ ആൺതരിയെയും ഓർത്തു വിലപിക്കുന്നു. അതോടൊപ്പം മറ്റുള്ള അമ്മമാർക്ക് ആശ്വാസമാകുന്നതും ഗാന്ധാരിയാണ്. *മഹാഭാരതത്തിലെ* ഗാന്ധാരീവിലാപംപോലെ *ആണ്ടുബലിയിൽ* കുന്തി മരണാസന്നനായി കിടക്കുന്ന കർണ്ണനരികിലെത്തി തന്റെ മാതൃത്വം വെളിപ്പെടുത്തുന്നതും അനുഗ്രഹിക്കുന്നതും ഈ നാടകത്തിലെ ശ്രദ്ധേയമായ ഭാഗമാണ്.

തന്റെ അഞ്ച് ആൺമക്കളും നഷ്ടപ്പെട്ട ദ്രൗപതി അഴിഞ്ഞുലഞ്ഞ മുടിക്കുള്ള പരിഹാരം അന്വേഷിക്കുമ്പോൾ യുദ്ധക്കളത്തിലെ ചിതറിയ ജഡങ്ങൾക്കും കബന്ധങ്ങൾക്കും ഇടയിൽ തന്റെ മകനെ തെരയുന്ന ഹിഡുംബിയെ കണ്ടുമുട്ടുന്നു. അവിടെ ആ യുദ്ധക്കളത്തിൽ മക്കൾ നഷ്ടപ്പെട്ട അമ്മമാരും ഭർത്താക്കന്മാർ നഷ്ടപ്പെട്ട ഭാര്യമാരും ഭ്രാതാക്കളെ തെരഞ്ഞ് സഹോദരിമാരും എത്തിച്ചേരുന്നു. ഒപ്പം ഇതിഹാസകാരൻപോലും വിട്ടുപോയ പേരറിയാത്ത അസംഖ്യം അബലകളായ ചേരിനിവാസികളും. അവരുടെ വിലാപത്തിനവസാനം 'നിങ്ങൾ ഇതുവരെ എവിടെയായിരുന്നു മറഞ്ഞിരുന്നത്' എന്ന ചോദ്യവുമായി കുന്തി നില്ക്കുമ്പോൾ എല്ലാത്തിനും പരിഹാരം കണ്ടെത്തിയപോലെ ഗാന്ധാരി സുയോധന രാജാവിന്റെ പടപ്പാളയത്തിൽനിന്ന് ധർമ്മത്തിന്റെ താക്കോലുമായി അധികാരത്തിന്റെ സ്വർണ്ണത്താക്കോലുമായി എത്തി കൃഷ്ണനോട് ഇനിയും കള്ളക്കളി നിർത്താൻ ശാസനയും അപേക്ഷയും കലർന്ന സ്വരത്തിൽ വിലപിക്കുന്നു. അധികാരത്തിന്റെ കിരീടവും ധർമ്മത്തിന്റെ താക്കോലും ജനങ്ങൾക്ക് നല്കിക്കൊണ്ട് നാടകം അവസാനിക്കുകയും പഞ്ചപാണ്ഡവരെ വരവേല്ക്കുകയും ചെയ്യുന്നതോടെ *ആണ്ടുബലിക്ക്* തിരശ്ശീല വീഴുന്നു.

മഹാഭാരതത്തിലെ അഞ്ചു സ്ത്രീകഥാപാത്രങ്ങളിലൂടെ കുരുക്ഷേത്രയുദ്ധത്തെയും യുദ്ധക്കെടുതികളെയും നോക്കിക്കാണുന്ന *ആണ്ടുബലി* അധികാരത്തിന്റെയും അധർമ്മത്തിന്റെയും വെല്ലുവിളികളെ നേരിട്ട് സമാ

ധാനത്തിന്റെ പാത പിന്തുടരാൻ ആഹ്വാനംചെയ്യുന്ന സ്ത്രീകളുടേതാണ്. അതുകൊണ്ടുതന്നെ ഇതൊരു സ്ത്രീപക്ഷനാടകമെന്ന് പറയാനാകും. യുദ്ധക്കെടുതിയിൽ മരണമടഞ്ഞ മക്കളെല്ലാം ഒന്നുപോലെ നമ്മുടേതാണ്, അതിൽ ശത്രുഭേദമില്ലെന്ന ഗാന്ധാരിയുടെ വാക്കുകൾ ഹിഡുംബിയെ മാത്രമല്ല ലോകത്തിൽ കലാപങ്ങളിൽ സ്വന്തം കുഞ്ഞുങ്ങളെ നഷ്ടമായ എല്ലാ അമ്മമാർക്കുമുള്ള ആശ്വാസവചനമാണ്, ഓർമ്മപ്പെടുത്തലാണ്. ജീവിച്ചിരിക്കുമ്പോഴാണ് അധികാരവും ശത്രുക്കളും ഒക്കെ: മരണത്തിന് ഇതൊക്കെയും നിസ്സാരമാണ്. അതുകൊണ്ടുതന്നെ ജീവിതത്തിലുടനീളം പരസ്പരവിദ്വേഷവും കലാപചിന്തകളും അകറ്റി നിർത്താനാണ് നാടകം ആഹ്വാനംചെയ്യുന്നത്.

സാമൂഹിക പ്രവർത്തകയായ മേധ (ഗാന്ധാരി) പത്രപ്രവർത്തകയായ അരുന്ധതി (സുഭദ്ര), കഥാകാരിയായ സാറ (കുന്തി) ഒക്കെ ആധുനിക സമൂഹത്തിലെ പ്രതിബിംബങ്ങളാണ്. അവർക്ക് ഇതിഹാസ കഥാപാത്രങ്ങളുടെ നിറങ്ങൾ സമ്മാനിക്കുന്നതിലൂടെ പുതിയൊരു ഉയിർത്തെഴുന്നേല്പു നല്കുന്നു.

ആധുനിക ലോകത്തിലെ ഗാന്ധാരിയും കുന്തിയും സുഭദ്രയുമാണ് ഇവർ ഓരോരുത്തരുമെന്നോ അല്ലെങ്കിൽ ആധുനിക ലോകത്തിലെ ഓരോ സ്ത്രീത്വവും ഇതിഹാസ കഥാപാത്രങ്ങളോളം ശക്തരും പ്രബലരുമാണെന്നോ വ്യാഖ്യാനിക്കാൻ കഴിയുന്ന തരത്തിലാണ് *ആണ്ടുബലി*യുടെ രചന നിർവ്വഹിക്കപ്പെട്ടിരിക്കുന്നത്. വായനക്കാരന്റെയും പ്രേക്ഷകന്റെയും സൗകര്യാർത്ഥം എന്നൊരു സ്വാതന്ത്ര്യം *ആണ്ടുബലി*യിൽ രചയിതാവും സംവിധായകനുമായ ഡോ. വയലാവാസുദേവൻപിള്ള നല്കിയിട്ടുണ്ട് എന്ന് വ്യക്തമാക്കുന്നതാണ് ഇതിലെ കഥാപാത്ര രൂപീകരണം. അതുകൊണ്ടാണ് നാടകം പൂർണ്ണമായും അഞ്ച് സ്ത്രീകഥാപാത്രങ്ങളിലൂടെ വളർന്നു വികസിച്ച് പര്യവസാനിക്കുന്ന ഇതിവൃത്തഘടനയിൽ ഒരുക്കിയിരിക്കുന്നത്. ശക്തമായ സ്ത്രീപക്ഷ സ്വാധീനം വെളിപ്പെടുത്തുന്ന കൃതിയിൽ സ്ത്രീക്കുള്ളിലെ മാതൃത്വത്തെയും അധികാരത്തെയും പ്രത്യാശയുടെയും പ്രതികാരത്തിന്റെയും ശക്തമായ രംഗാവിഷ്കാരമാണെന്നു പറയാം. ഇതിഹാസങ്ങൾ എക്കാലത്തും നിലനില്ക്കപ്പെടുന്ന യാഥാർത്ഥ്യമാണ്. ഈ യാഥാർത്ഥ്യത്തെ ആധുനികവല്ക്കരിക്കുകയാണ്, അതിലൂടെ ഒരു രംഗാവിഷ്കാരം ഒരുക്കുകയാണ് *ആണ്ടുബലി*യിലൂടെ (സംവിധായകനും രചനയും) വയലാവാസുദേവൻപിള്ളയെന്ന അതുല്യപ്രതിഭ ചെയ്തത്.

ആണ്ടുബലിയിലെ ആദ്യ അരങ്ങ്

പ്രധാനമായും രണ്ടു ഭാഗങ്ങളായിത്തിരിച്ച പ്രൊസീനിയം സ്റ്റേജാണ് നാടകത്തിനായി ഉപയോഗിച്ചിട്ടുള്ളത്. മുന്നരങ്ങിൽ ഇരുഭാഗങ്ങളിലുമായി തയ്യാറാക്കിയ മീറ്റർ പൊക്കത്തിലുള്ള ഉയർന്ന ലെവലുകൾ, അവയ്ക്ക് മദ്ധ്യത്തിലായി ദീർഘചതുരാകൃതിയിൽ ഒരു ലെവൽ, വശങ്ങളിലെ ലെവ

ലുകൾക്ക് പിന്നിലായി സ്റ്റേജിനെ രണ്ടായി പകുത്തുകൊണ്ട് ഇരുവശങ്ങളിലെയും വിങ്സിനോട് ചേർന്ന് പെയിന്റിങ്, അതിൽ വലതുഭാഗത്ത് ഉയർന്നുപൊങ്ങുന്ന പുകയും ഇടതുഭാഗത്ത് ചൂണ്ടക്കൊളുത്തിൽ കുടുങ്ങിയ കാക്കയും, ചിതറിയ കാക്കകളെയും ചിത്രീകരിക്കുന്നു. മുന്നരങ്ങിലെ ലെവലിനു പിന്നിലായി സമാനമായി തൂക്കിയ ചണനൂലുകൾ ഇടയ്ക്ക് ചുവന്നവയും ലൈറ്റിങ് അതിന് കെട്ടുപിണഞ്ഞു കിടക്കുന്ന വേരുകളുടെ രൂപം കൈവരിക്കുന്നതിലൂടെ അഴിയാത്ത ജീവിതക്കുരുക്കായി പ്രതിബിംബിക്കുന്നു. അവയ്ക്കിടയിലൂടെ പിന്നരങ്ങിൽ കാണുന്ന പ്രശസ്തമായ ഗൂർണിക ചിത്രം അതിനു മുകളിൽ സ്വസ്തിക ചിഹ്നവും ചുവട്ടിൽ മരവും കൽവിളക്കും ഇൻഡിജനസ് തീയേറ്റർ സ്വഭാവം ദൃശ്യമാകുമ്പോൾതന്നെ നാസിസത്തിന്റെ രൂക്ഷമായ ആഗോളീകരണത്തിന്റെയും പ്രതിബിംബകല്പന നല്കുന്ന രംഗസജ്ജീകരണമാകുന്നു. പ്രകൃതിയോട് ചേർത്തുനിർത്തി തുറന്ന അരങ്ങിൽ അവതരിപ്പിക്കാൻ കഴിയുന്ന പ്രത്യേകതയും ഇത്തരം രംഗസജ്ജീകരണങ്ങളാൽ *ആണ്ടുബലി*ക്കുണ്ട്.

പ്രധാന കഥാപാത്രങ്ങളെല്ലാംതന്നെ സ്റ്റേജിൽ ഇടതുവശത്തുനിന്നും അരങ്ങിലേക്ക് കടന്നുവരികയാണ്. ഒരേ സമയം ശൈലീകൃതവും അമ ചറും ആയ രംഗസജ്ജീകരണമാണ് *ആണ്ടുബലി*യുടേത്. കഥാപാത്രങ്ങളുടെ സ്വഭാവ പ്രത്യേകതയും ലൈറ്റിങ് ഇഫക്ടും കണക്കിലെടുത്താണ് വേഷവിധാനങ്ങൾക്ക് നിറങ്ങൾ കൊടുത്തിരിക്കുന്നത്. അതിനനുസരിച്ച് ഗാന്ധാരിക്ക് കാഷായത്തോടടുത്തു നില്ക്കുന്ന മഞ്ഞയും കുങ്കുമവും കലർന്നതും, കുന്തിക്ക് ധവള നിറവും, ദ്രൗപതിക്ക് റോസും, സുഭദ്രയ്ക്ക് ഇരുണ്ട ചുവപ്പുകലർന്നതും, ഹിഡുംബിക്ക് പച്ചയും കറുപ്പും ചേർന്നതുമായ നിറങ്ങൾ നല്കിയിരിക്കുന്നു. കർണ്ണനും ഹിഡുംബിക്കും കാടിന്റെയും ദളിത് സങ്കല്പങ്ങളുടെയും പ്രതീകമായി കാണിക്കത്തക്ക രീതിയിലുള്ള വേഷവിധാനവും നിറങ്ങളുമാണ് നല്കിയിരിക്കുന്നത്. അർജ്ജുനന് നീലയും അഭിമന്യുവിന് ഓറഞ്ചും വിദുരർക്ക് കാവി നിറവും നല്കിയിരിക്കുന്നു.

ഒരേ സമയം ശൈലീകൃതമെന്നും ആധുനികമെന്നും നാടോടിത്തനിമയുള്ളതെന്നും തോന്നാവുന്ന രീതിയിലുള്ള രംഗസജ്ജീകരണങ്ങളും വേഷവും ചമയവും അഭിനയരീതിയുമാണ് *ആണ്ടുബലി*യിൽ ആവിഷ്കരിച്ചിരിച്ചിട്ടുള്ളത്. കഥാപാത്രങ്ങളുടെ സ്വഭാവഗുണത്തിന്റെയും നാടകത്തിന്റെ പ്രത്യേകമായ മൂഡിനും അനുസരിച്ച് തിളങ്ങുന്ന ആഭരണങ്ങളോ ഭംഗിയോ നല്കിയിട്ടില്ല. നാടകം നടക്കുന്നത് ഉത്തരാധുനിക ലോകത്ത് നിന്ന് പിന്നിലേക്ക് സഞ്ചരിച്ചാണ് നാടകത്തിനുള്ളിലെ നാടകത്തിൽ ഇടയ്ക്കിടയ്ക്ക് സംവിധായകൻ അതു നമ്മെ ഓർമ്മിപ്പിക്കുന്നുണ്ട്. അനുഷ്ഠാന നാടകത്തിനിടയിലും സംവിധായകൻ കടന്നുവരുന്നതിന്റെ അനൗചിത്യത്തെക്കുറിച്ച് ഓർമ്മിപ്പിച്ചുകൊണ്ടുതന്നെ.

കഥാപാത്ര പ്രത്യേകത

ഗാന്ധാരി– നാടകത്തിന്റെ തുടക്കത്തിൽ സാമൂഹിക പ്രവർത്തകയായ മേധ പിന്നീട് ഗാന്ധാരിയായി മാറുന്നു. സ്വയം കാഴ്ചയെ മൂടിക്കെട്ടിയ ഗാന്ധാരി എല്ലാം അറിയുന്നു. യുദ്ധഭൂമിയിലെ ഓരോ നിലവിളിയും തന്നെ തളർത്തുന്നതായി അവർ അറിയുന്നുണ്ട്. 'അമ്മേ' എന്നുള്ള ദുശ്ശാസനന്റെ നിലവിളി ആ അമ്മ ഏതു നിമിഷവും പ്രതീക്ഷിക്കുന്നു. അതുപോലെ ഭീമസേനന്റെ അട്ടഹാസവും കുരുക്ഷേത്രയുദ്ധത്തിന്റെ പ്രധാന കാരണം അവിടംകൊണ്ടു മാത്രമേ അവസാനിക്കൂ എന്ന് അറിയാവുന്ന ഗാന്ധാരി നാടകത്തിലുടനീളം വിലപിക്കുന്നതായി കാണാം. യുദ്ധത്തിന്റെ കാരണക്കാർ നമ്മളാണെന്ന് എന്നും അകക്കണ്ണിലൂടെ കാഴ്ചയാണ് ഉത്തമം എന്നും പറയുന്നു.

യാഥാർത്ഥ്യം തിരിച്ചറിഞ്ഞ് മറ്റുള്ളവരെ അതു മനസ്സിലാക്കാൻ ശ്രമിക്കുന്ന ഗാന്ധാരി *ആണ്ടുബലി*യിലെ ആദ്യസമസ്യക്ക് നാടകാന്ത്യത്തിൽ ഉത്തരം കണ്ടെത്തുകയും ദ്രൗപതിയുടെ അഴിഞ്ഞുലഞ്ഞ മുടിക്ക് പരിഹാരം നിർദ്ദേശിക്കുകയും ചെയ്യുന്നു.

കുന്തി– ഉപേക്ഷിച്ചുവെങ്കിലും സത്യം ലോകത്തിനോടു പറയാൻ കഴിഞ്ഞില്ലെങ്കിലും കർണ്ണന്റെ അന്ത്യവിലാപം കേൾക്കാതിരിക്കാൻ കഴിയാത്ത മാതൃത്വമാണ് കുന്തിയുടേത്. മകന്റെ അവസാന യാത്രയ്ക്ക് സർവ്വ മംഗളങ്ങളും അരുളുന്നതോടൊപ്പം തന്റെ മാതൃത്വത്തെ വെളിപ്പെടുത്തുകയും സൂര്യദേവനോടും മകനോടും മാപ്പിരക്കുകയും ചെയ്യുന്ന കുന്തി ഒരേ സമയം രണ്ടവസ്ഥകളിലേക്ക് തന്റെ ഓർമ്മകളിലൂടെ കടന്നുപോകുന്നുണ്ട്. സൂര്യനെക്കുറിച്ചുള്ള ഓർമ്മകളിൽ കുന്തി ഒരു നിമിഷം പഴയ യൗവനത്തെ വീണ്ടെടുക്കുന്നതു കാണാം. ജി ശങ്കരപ്പിള്ളയുടെ *ഏതോ ചിറകടിയൊച്ചയിൽ* ഇത്തരത്തിലുള്ള കുന്തിയിലെ അവസ്ഥാന്തരം കാണാൻ കഴിയും. സാറയാണ് കുന്തിയായി മാറുന്നത്.

ദ്രൗപതി– പുറമേ ശാന്തമാണെങ്കിലും പ്രതികാരാഗ്നിയിൽ കത്തിജ്വലിക്കുന്ന തീകുണ്ഡം തന്റെ അഴിഞ്ഞുലഞ്ഞ മുടിക്ക് പരിഹാരം തേടുന്നതിലൂടെ സ്ത്രീത്വത്തിനേറ്റ അപമാനത്തിന് പരിഹാരം തേടുകയാണ്. തന്റെ അഞ്ചുമക്കളെയും നഷ്ടപ്പെട്ടതറിഞ്ഞ് യുദ്ധഭൂമിയിൽ അവരെ തെരയുന്ന ദ്രൗപതി ആദ്യരംഗത്തിൽനിന്ന് അവസാന രംഗത്തിലെത്തുമ്പോൾ ഉള്ളിലെ കോപാഗ്നിയണഞ്ഞ് അണഞ്ഞ് യാഥാർത്ഥ്യത്തെ തിരിച്ചറിഞ്ഞ് നിശ്ശബ്ദയാകുന്നു. അരുന്ധതി ദ്രൗപതിയായി മാറുകയാണ്.

സുഭദ്ര– അധികാരമോഹം ഉള്ളിലൊതുക്കി അർജ്ജുനന്റെയും മകനായ അഭിമന്യുവിന്റെയും വില്ലാളിത്വത്തിൽ ഊറ്റംകൊണ്ടത് വ്യഥാവിലായെന്നു തിരിച്ചറിയുമ്പോൾ ആകെ തകർന്നു പോകുന്നു. ഈ യുദ്ധം അനാവശ്യമാണെന്നു തിരിച്ചറിയുകയും വിലപിക്കുകയും ചെയ്യുന്നു. ഒപ്പം തന്റെ മകനെ കൊലപ്പെടുത്തിയ ശത്രുവിനെതിരെയുള്ള ശത്രുത പൊന്തിവരുന്നു. സ്നേഹ സുഭദ്രയാകുന്നു.

ഹിഡുംബി– കാടിന്റെ മകളായി പ്രകൃതിയുടെ പുത്രിയായി നാട്ടു

മനുഷ്യർ തങ്ങൾക്കു നല്കിയത് എന്നും വേദനയാണെന്ന ഓർമ്മപ്പെടുത്തലുമായി എത്തുന്നു. തന്റെ മകന്റെ മരണവാർത്ത ഹിഡുംബിയെ തകർക്കുന്നു. പ്രകൃതിയോട് ഇണങ്ങി ജീവിക്കുന്ന തങ്ങൾക്കുള്ളിൽ ഇല്ലാത്ത പക നിറച്ചതും മാതൃത്വം നഷ്ടപ്പെടുത്തിയതും അധികാരമോഹികളായ നാട്ടുവർഗ്ഗമാണെന്ന വെളിപ്പെടുത്തലാണ് ഹിഡുംബിയിലൂടെ രചയിതാവ് ആവിഷ്കരിക്കുന്നത്. ഹിഡുംബിയാകുന്നത് അജിതയാണ്.

വിദൂരർ– നാടകാരംഭത്തിൽ എത്തുന്ന പൂജാരിയും പിന്നീട് സംവിധായകനായി നാടകത്തിനുള്ളിലെ നാടകത്തിലെത്തുകയും അവിടെ നിന്നും കഥാപാത്രം വിദുരർ ആയിത്തീരുകയുമാണ്. നാടകത്തിൽ വിദുരർ ഒരു സൂത്രധാരന്റെ ഭാഗം അവതരിപ്പിക്കുന്നു. ഇത്തരത്തിലൊരു യുദ്ധം അനാവശ്യമാണ് എന്നു പറഞ്ഞുകൊണ്ട് ഇനിയൊക്കെ വരുംപോലെ എന്ന് വിധിക്ക് നല്കി മറയുന്നു.

അഭിമന്യു– യുവത്വത്തിന്റെ പ്രസരിപ്പും ചടുലതയും വ്യക്തമാക്കി കളരിച്ചുവടുകളിലൂടെയാണ് അഭിമന്യു രംഗത്ത് എത്തിച്ചേരുന്നത്.

കർണ്ണൻ– ഗോത്രവർഗ്ഗത്തിന്റെ പ്രതീകമായിട്ടാണ് കർണ്ണനെ അരങ്ങിൽ അവതരിപ്പിക്കുന്നത്. കർണ്ണന്റെ വേഷവിധാനവും അത്തരത്തിൽ പ്രകൃതിജന്യമായിട്ടുള്ളതാണ്. കടുത്ത പച്ചയിൽ പച്ചിലകൾ കോർത്തെടുത്തതുപോലെ തോന്നിക്കുന്ന ഉടുത്തുകെട്ടും അലങ്കാരങ്ങളുമാണ് ഉപയോഗിച്ചിരിക്കുന്നത്. ഗോത്രവർഗ്ഗത്തെ പ്രതിനിധാനംചെയ്യുന്ന വേഷവിധാനത്തിൽ കഥകളിച്ചുവടുവെച്ചാണ് കർണ്ണൻ രംഗത്ത് എത്തുന്നത്. വിപരീത ധ്രുവങ്ങളെ തമ്മിൽ ചേർത്തുവെക്കുന്നതിലൂടെ പാരമ്പര്യവാദത്തെ പൊളിച്ചെഴുതുകയാണ്.

അർജ്ജുനൻ– പകയും വിദ്വേഷവും നിമിത്തം അറിയാതെ പോയ സാഹോദര്യവും പുത്രൻ നഷ്ടപ്പെട്ട വിഷാദവും ചേർന്ന മഹാഭാരതത്തിലെ അർജ്ജുനനെ പുനഃസൃഷ്ടിക്കുകയാണ് *ആണ്ടുബലി*യിൽ.

ശകുനി– യുദ്ധതന്ത്രങ്ങളിൽ പാണ്ഡവരുടെ നാശം മാത്രം നോക്കികാണുന്ന ശകുനിയെ കോമാളിയുടെ ചലനങ്ങളോടെ അവതരിപ്പിച്ചിരിക്കുന്നു. അധികാരത്തിന്റെയും ക്രൂരതയുടെയും കോമാളീകരിക്കപ്പെട്ട രൂപമായി *ആണ്ടുബലി*യിൽ ശകുനിയെ അവതരിപ്പിക്കുന്നു. അധികാരത്തിന് കോമാളിത്തം നിറഞ്ഞ ക്രൂരതയാണെന്ന് ഉറപ്പിക്കുന്നു.

കൂടാതെ സേനാനി, തോഴിമാർ, ഗ്രാമവാസികൾ ഇങ്ങനെ നിരവധി കഥാപാത്രങ്ങൾക്ക് ഇതിഹാസരൂപവും ആധുനിക പ്രതിബിംബവും നല്കിയാണ് *ആണ്ടുബലി*യുടെ രംഗാവിഷ്കാരം സാദ്ധ്യമാക്കിയിരിക്കുന്നത്.

ഉപസംഹാരം

അഭിനയപ്രാധാന്യമുള്ള സാഹിത്യരൂപമായ നാടകം മറ്റുകലകളിൽ നിന്നും വ്യത്യസ്തമായി അനുകരണാംശങ്ങളിൽ മുന്നിട്ടു നില്ക്കുന്നു. മതാനുഷ്ഠാനങ്ങളിൽനിന്നും ആചാരാനുഷ്ഠാനങ്ങളിൽനിന്നുമാണ് നാടകം വികസിച്ചുവന്നത്. ഭാരതീയ നാടകവേദിയിൽ പ്രമുഖസ്ഥാനം സംസ്കൃത നാടകങ്ങൾക്കാണ്. ചരിത്രാതീതകാലംമുതല്ക്കുതന്നെ സംസ്കൃതനാടകങ്ങൾ നിലവിലുണ്ട്. ഭരതമുനിയുടെ നാട്യശാസ്ത്രനിയമങ്ങൾക്കനുസരിച്ചാണ് സംസ്കൃത നാടകങ്ങൾ ചിട്ടപ്പെടുത്തിയിരിക്കുന്നത്. കാളിദാസൻ, ഭാസൻ എന്നിവരുടെ നാടകങ്ങളാണ് ഇവയിൽ ശ്രദ്ധേയം. പ്രേക്ഷകരുടെ താല്പര്യങ്ങൾക്ക് കൂടുതൽ ഊന്നൽ നല്കിക്കൊണ്ട് രൂപപ്പെട്ട നാടോടി നാടക വേദിയിൽ തമിഴ്നാട്ടിലെ തെരുക്കൂത്ത്, കർണ്ണാടകത്തിലെ യക്ഷഗാനം എന്നിവ ഉൾപ്പെടുമ്പോൾ ആധുനിക നാടകവേദിക്ക് തുടക്കം കുറിച്ചത് പാശ്ചാത്യ രാജ്യങ്ങളാണ്. ചുറ്റുപാടും കാണുന്ന ദൈനംദിന മനുഷ്യജീവിതത്തെ വിശ്വാസ്യതയോടുകൂടി പ്രതിഫലിപ്പിക്കുന്നവയാണ് ആധുനിക നാടകങ്ങൾ.

മലയാളനാടകവേദി ഇവിടെയുള്ള മറ്റ് ദൃശ്യകലകളുടെ ചുവടുപിടിച്ച് വളർന്നവയാണ്. നൃത്തമെന്ന കലാരൂപം വേരുപടർത്തിയിരുന്ന മലയാള മണ്ണിൽ നാടോടി നാടകങ്ങളിലാണ് മലയാളനാടകവേദിയുടെ തുടക്കം. കൂടാതെ, ചവിട്ടുനാടകംപോലുള്ള കലകളും ഇവിടെ വേരുപിടിച്ചു. സദാരാമ(സദാറാം) പോലുള്ള സംഗീതനാടകങ്ങളുടെ വഴികൾ താണ്ടി ഇന്ന് ആധുനികതയിലും എത്തി നില്ക്കുകയാണ് മലയാളനാടകവേദി. ആധുനികതയുടെ സ്പർശമുള്ള നാടകങ്ങൾ രചിച്ച് പരിവർത്തനത്തിന് തുടക്കം കുറിച്ചത് എൻ കൃഷ്ണപിള്ളയാണ്. സി ജെ തോമസ്, പുളിമാന പരമേശ്വരൻപിള്ള, എൻ എൻ പിള്ള, കെ ടി മുഹമ്മദ്

തുടങ്ങിയ പേരുകൾ മലയാള നാടകലോകത്ത് എക്കാലത്തും സ്മരിക്കപ്പെടാവുന്നവയാണ്.

ഇവിടെ പ്രത്യേകം ഓർക്കേണ്ടുന്ന വസ്തുത ഇതേ കാലത്ത് അരങ്ങിലും അണിയറയിലുമെത്തി നാടകരചനയിലും സജീവമായി പ്രവർത്തിച്ച സ്ത്രീപക്ഷനാടകവേദിയെക്കുറിച്ചോ നാടകപ്രവർത്തകരെക്കുറിച്ചോ അഭിനേത്രികളെക്കുറിച്ചോ കാര്യമായ പരാമർശങ്ങളൊന്നും തന്നെ രേഖപ്പെടുത്തിയില്ല എന്നതാണ്. ആധുനിക നാടകവേദിയിലെ ശക്തമായ ഘടകമാണ് ഇന്ന് സ്ത്രീപക്ഷനാടകവേദി എന്നത് വിസ്മരിക്കാൻ കഴിയാത്ത യാഥാർത്ഥ്യമാണ്. യോഗക്ഷേമ നാടകത്തോടനുബന്ധിച്ചോ അവയ്ക്കൊപ്പമോ അരങ്ങിലെത്തിയ അന്തർജ്ജന സമാജവും അതിന്റെ ഭാഗമായി രൂപംകൊണ്ട *തൊഴിൽകേന്ദ്രത്തിലേക്കും* ചരിത്രപരമായി ഏറെ പ്രാധാന്യമർഹിക്കുന്നു. യോഗക്ഷേമ നാടകങ്ങളേക്കാൾ കൂടുതൽ അന്തർജ്ജനങ്ങളുടെ പ്രശ്നങ്ങളെയും കോടതി വ്യവഹാരങ്ങളെയും രാഷ്ട്രീയ സംഘടനാ പ്രവർത്തനങ്ങളെയും ചർച്ച ചെയ്ത *തൊഴിൽകേന്ദ്രത്തിലേക്ക്* ചരിത്രപരമായി പ്രത്യേക പഠനമർഹിക്കുന്നു.

ഫെമിനിസ്റ്റ് പ്രസ്ഥാനത്തിന്റെ ഭാഗമായി രൂപംകൊണ്ട സ്ത്രീപക്ഷ നാടകവേദി സമൂഹത്തിലെ സ്ത്രീയുടെ ഇടത്തെയും സ്ത്രീസ്വത്വത്തെയും വെളിപ്പെടുത്താനാണ് അരങ്ങിനെ പ്രയോജനപ്പെടുത്തിയത്. കെ പി എ സിയെപ്പോലുള്ള ഇടതുപക്ഷനാടകസഹവർത്തിത്വത്തിലൂടെ കൂടുതൽ സജീവമായ മലയാള നാടക പ്രവർത്തനം അരങ്ങിൽ കൂടുതൽ സ്ത്രീകളെ എത്തിക്കുന്നതിൽ വിജയിച്ചു. ശാസ്ത്രസാഹിത്യ പരിഷത്തിന്റെ വനിതാസംഘം, മാനുഷി, സമത, പ്രചോദന, ചേതന, ബോധന തുടങ്ങിയ നിരവധി വിമോചന സംഘടനകൾ തങ്ങളുടെ നാടകസംരംഭങ്ങളുമായി സമൂഹത്തിലെ സ്ത്രീക്കെതിരേയുള്ള മുന്നേറ്റങ്ങൾക്ക് തിരിച്ചടി നല്കാനും ബോധവല്ക്കരണം നടത്താനും മുന്നോട്ടെത്തി. അതിനായി സൃഷ്ടിക്കപ്പെട്ട കഥാപാത്രങ്ങൾ കരുത്തുറ്റ പെൺമയുടെ ചിറകടികളായിരുന്നു.

സ്ത്രീപക്ഷനാടകവേദിയിലെ സ്ത്രീകഥാപാത്രങ്ങൾ ഇതിവൃത്തത്തിൽ തന്മയീഭവിച്ച് നാടകത്തിന് പൂർണ്ണത നല്കാൻ വെമ്പിയവരല്ല. സ്ത്രീ അനുഭവങ്ങളുടെ രംഗഭാഷയ്ക്ക് വേണ്ടിയുള്ള തീവ്രമായ അഭിലാഷത്തിൽനിന്നാണ് സ്ത്രീപക്ഷനാടകവേദി ഉണ്ടാകുന്നത്. ഇതിവൃത്തത്തിൽ, സംഭാഷണരചനകളിൽ, സ്റ്റേജ് ഡിസൈനർ, അഭിനയത്തിലൊക്കെയും സ്ത്രീപക്ഷനാടകവേദി മാറ്റങ്ങൾ വരുത്തി. വലിയ നഗരങ്ങളിലും ചെറിയ ഗ്രാമങ്ങളിലും സ്ത്രീനാടകത്തിന്റെ തിരിതെളിച്ചവർ, മലയാളനാടകവുമായി ലോകവേദികളിൽ പോയവർ, നാടകമാണ് തന്റെ വഴിയെന്ന തിരിച്ചറിവിൽ ജീവിതത്തെ നിർവ്വചിക്കാൻ ശ്രമിച്ചവർ ഇങ്ങനെ സമൂഹത്തിന്റെ വിവിധ തുറകളിലായി ശക്തമായി പ്രവർത്തിക്കുന്ന സജീവസാന്നിദ്ധ്യമായി സ്ത്രീപക്ഷനാടകവേദി നമുക്ക് ചുറ്റിലും ഉയർന്നുവരുമ്പോൾ അതിനെ പഠിക്കുകയും അറിയുകയും ചെയ്യുക എന്നത് അമ്പേ

ഷണാത്മകതയേക്കാൾ ചരിത്രപരമായ കണ്ടെത്തൽകൂടിയാണ്.

സാങ്കേതികതലത്തിൽ നാടകത്തിൽ സ്ത്രീയുടെ സാന്നിദ്ധ്യം ഇന്നും കുറവാണ്. അഭിനയംപോലും ഒരു പരിധിവരെ കൂലിക്കുള്ള ജോലിയായിത്തീരുന്നു. അത് സിനിമയിലാണ് കൂടുതലെന്നതിനാൽ അവിടെയാണ് ഈ പ്രവണത കൂടുതൽ. സിനിമയെന്ന ജനകീയ കലയുടെ പ്രത്യേകതകളെയും പ്രാധാന്യത്തെയും ഒട്ടും കുറച്ചു കാണുകയല്ല. വരുന്നു, അവരുടേതായ ഭാഗം കൃത്യമായി അഭിനയിക്കുന്നു, പോകുന്നു. ഇത്തരമൊരു രീതി മാറണം: സാങ്കേതികതയിൽക്കൂടി പൂർണ്ണമായോ ഭാഗികമായോ ഇടപെടലുകൾ ഉണ്ടാകണം. അപ്പോൾമാത്രമേ അരങ്ങ് നടിക്കും നടി അരങ്ങിനും ചേരുവയാകൂ. പുതിയ തലമുറയിലെ സ്ത്രീപക്ഷനാടകവേദിയുടെ സംഭാവനകളായ ജെ ശൈലജ, ശ്രീലതാ കടവിൽ, മിനി, സജിത എം, ജീവ, സുധി, ശ്രീജ, കെ വി റീന, മാളു, ആതിര, കനി, ഹിമ, സ്മിത പി, ശൈലജ പി അമ്പു, മേഘലത, അശ്വതി, ജിഷ, മഡോണ, രജിത മധു, അമൃത, ഷീബ, നിധി ശാസ്ത്രി, സ്നേഹ ശ്രീകുമാർ, സുരഭി, അപർണ്ണ, ആശ തുടങ്ങിയ ഒട്ടേറെപ്പേർ അരങ്ങിൽ സ്ത്രീക്കുണ്ടായിരുന്ന ഈ കുറവ് നികത്തുവാൻ തങ്ങളുടേതായ രീതിയിൽ പരിശ്രമിക്കുന്നവരാണ്. അതിനേറ്റവും നല്ല ഉദാഹരണം ഒറ്റയ്ക്കും കൂട്ടായും അവർ നടത്തുന്ന നാടകപ്രവർത്തനങ്ങൾതന്നെയാണ്.

നാടകലോകത്തിന് ഇന്ന് കൂടുതൽ ഉണർവ്വ് കൈവരുമ്പോഴും നാടകനടിയുടെ സ്ഥാനം ഒട്ടും മെച്ചപ്പെടുന്നില്ല എന്നത് യാഥാർത്ഥ്യമായി തുടരുന്നു. സിനിമാ നടിക്കോ സീരിയൽ നടിക്കോ ലഭിക്കുന്ന പ്രാധാന്യം നാടകരംഗത്തെ അഭിനേത്രികൾക്ക് ലഭിക്കുന്നില്ല. നാടകത്തിന്റെ, നാടകലോകത്തിന്റെ കാറ്റേറ്റാൽത്തന്നെ ആകെ കുഴപ്പമായി. അപ്പോൾ അരങ്ങിലെത്തിയാലോ? ആത്മാഭിമാനത്തിന്റെ ആകാശക്കോട്ട ഇടിഞ്ഞു തകർന്നു. ഇത്തരം ചിന്തകൾക്കിനിയും സമൂഹത്തിന്റെ മനസ്സിൽ ആധുനികത കൈവന്നിട്ടില്ല. ദൃശ്യമാധ്യമങ്ങളിലെ (സിനിമ, സീരിയൽ) അഭിനേത്രികളെ കാണുന്ന ലാഘവത്തോടെ നാടകനടിയെ സമൂഹം കാണാത്തതിനു പിന്നിലെ ചേതോവികാരത്തിന് ഉത്തരമില്ല.

ഫെമിനിസം തീയേറ്ററിലായാലും അത് സർഗ്ഗാത്മകതയുടെ വേദിയായിത്തീരണം. സിദ്ധാന്തത്തെ പ്രയോഗവല്ക്കരിക്കുന്നതിന് പരിമിതികളുണ്ട്, സാദ്ധ്യതകളും. അതിലെ സാദ്ധ്യതകളെ കണ്ടെത്തുക എന്നതാണ് പ്രധാനം. അതത്ര എളുപ്പവുമല്ല. എങ്കിലും ദീർഘകാലത്തെ പരിശ്രമംകൊണ്ട് മലയാളനാടകവേദിയിൽ പെൺമയുടെ ചിറകടിയൊച്ചകൾ കേൾപ്പിക്കാൻ സ്ത്രീപക്ഷനാടകവേദിക്കായി.

അരനൂറ്റാണ്ടു പിന്നിടുന്ന മലയാളനാടകസാഹിത്യ ചരിത്രത്തിൽ ഗൗരവമായി നാടകം അരങ്ങിലെത്തിയപ്പോൾ മുതൽ സ്ത്രീയുടെ സാന്നിദ്ധ്യമുണ്ട്. എന്നാൽ, കൃത്യമായി അടയാളപ്പെടുത്താത്തതിനാൽ നാടകസാഹിത്യ ചരിത്രമുൾപ്പെടെ സ്ത്രീയെ അവഗണിക്കുകയാണ് ചെയ്തത്. മലയാളനാടകസാഹിത്യത്തെക്കുറിച്ചും എണ്ണിയാൽത്തീരാത്ത ഗ്രന്ഥ

ങ്ങൾ നാടകവേദിയിൽ ആദ്യനടനും സംവിധായകനുമൊക്കെ ഉള്ളപ്പോഴും ആദ്യനടിക്കും സംവിധായികയ്ക്കും കർത്തൃത്വം ലഭ്യമായിട്ടില്ല. മലയാളസ്ത്രീപക്ഷനാടകവേദി ഇന്നും നേരിടുന്ന പ്രശ്നമാണത്. എങ്കിലും ആനുകാലികങ്ങളിലും ലേഖനങ്ങളിലും അവർക്ക് പ്രത്യേക സ്ഥാനം ലഭിച്ചു. സ്ത്രീസംഘടനകളുടെ ഭാഗമായി ആരംഭിച്ച തെരുവുനാടകങ്ങളിലൂടെ വളർന്നു വികസിതമായ സ്ത്രീപക്ഷനാടകവേദി തങ്ങളുടെ ഇടം കണ്ടെത്തിയത് പ്രൊഫഷണൽ രംഗത്തേക്കാൾ അമചർ നാടകലോകത്താണ്. അതിനവരെ സഹായിച്ചത് അവർ നേടിയെടുത്ത നാടകരംഗത്തെക്കുറിച്ചുള്ള സാങ്കേതികവും രചനാപരവുമായ ശാസ്ത്രീയപഠനം തന്നെയാണ്. (അതിനുദാഹരണം അവരുടെ നാടകങ്ങളും) അതുകൊണ്ടാണ് രചനയിലും അവതരണത്തിലും നൂതന സാങ്കേതികവിദ്യയിലും രംഗഭാഷയിലൂടെയും ശരീരഭാഷയിലൂടെയും പരീക്ഷണനാടകങ്ങൾ സൃഷ്ടിക്കാനും വിജയിപ്പിക്കാനും അരങ്ങിൽ അത്ഭുതങ്ങൾ നടത്തി പ്രേക്ഷകനെ ഞെട്ടിപ്പിക്കാനും ചിന്തിപ്പിക്കാനും ആസ്വദിപ്പിക്കാനും സ്ത്രീനാടകവേദിക്ക് കഴിഞ്ഞതും.

ഗ്രന്ഥസൂചി

1. അജിത് കുമാർ ഒ : 2008 ആഗസ്ത്-നവംബർ-ലേഖനം, *സൂപ്പർ മാർക്കറ്റ് പറയുന്നത്*, കേളി. കേരള സംഗീത നാടക അക്കാദമി.
2. ആലംകോട് ലീലാകൃഷ്ണൻ : 2004 നവംബർ, *താത്രിക്കുട്ടിയുടെ സ്മാർത്തവിചാരം*, മാതൃഭൂമി ബുക്സ്.
3. എബ്രഹാം ടി എം: 2008 ഡിസംബർ, *അഭിനയകല ഒരാമുഖം*, കറന്റ് ബുക്സ്, കോട്ടയം.
4. ചന്ദ്രശേഖരൻനായർ വൈക്കം: 1992, *പ്രാചീന നാടകത്തിലൂടെ ഒരുപര്യടനം*, ഡി സി ബുക്സ്, കോട്ടയം.
5. ഒരു സംഘം ലേഖകർ: 2002 നവംബർ *പെണ്ണെഴുത്ത്*, കേരള ഭാഷാ ഇൻസ്റ്റിറ്റ്യൂട്ട്, തിരുവനന്തപുരം.
6. കുമാരപിള്ള എം കൈനിക്കര: നാടകീയം, (ഉപന്യാസങ്ങൾ, നാഷണൽ ബുക്ക് സ്റ്റാൾ, കോട്ടയം)
7. ഗീത: 2003 ജൂൺ *പേറ്റുനോവും ഊറ്റപുണ്യവും*, മാതൃഭൂമി വാരാന്ത്യപ്പതിപ്പ്.
8. ഗീത: 2008 ഒക്ടോബർ, കളിയരങ്ങും സ്ത്രീകളും, പഠനം സാഹിത്യപ്രവർത്തക സഹകരണ സംഘം, നാഷണൽ ബുക്ക് സ്റ്റാൾ, കോട്ടയം.
9. ഗ്രാമപ്രകാശ് എൻ ആർ 1997 ഡിസംബർ, പ്രത്യയശാസ്ത്രവും നാടകവും നവീന ദൃശ്യകല, തൃശൂർ.
10. ഗ്രാമപ്രകാശ് എൻ ആർ (എ ഡി) 2003, തെരുവു നാടകം, സിദ്ധാന്തവും പ്രയോഗവും, ഗ്രീൻബുക്സ്.
11. ഗ്രാമപ്രകാശ് എൻ ആർ (എ ഡി) തൊഴിൽകേന്ദ്രത്തിലേക്ക്, മലയാളനാടവേദിയിലെ പ്രഥമ സ്ത്രീകൂട്ടായ്മ, കാലിക്കറ്റ് സർവ്വകലാശാല പ്രസിദ്ധീകരണം.
12. ചന്ദ്രിക സി എസ് 1997 ഒക്ടോബർ-ഡിസംബർ, ലേഖനം സ്ത്രീരചനകൾ മലയാളത്തിൽ, സംസ്കാരകേരളം ത്രൈമാസിക -41.
13. ചന്ദ്രിക സി എസ് 1998 ജനുവരി, *കേരളത്തിലെ സ്ത്രീമുന്നേറ്റങ്ങളുടെ ചരിത്രം (പഠനം)* കേരള സാഹിത്യ അക്കാദമി, തൃശൂർ.
14. ജാൻസി വിപിൻ: 2008 ഒക്ടോബർ-നവംബർ ലേഖനം, ഋതുമതി പരിവർത്തനത്തിന്റെ ശംഖനാദം, കേളി, കേരളസംഗീത നാടക അക്കാദമി.

15. ജാൻസി ജെയിംസ് ഡോ(എ ഡി) 2000 മാർച്ച്, ഫെമിനിസം രണ്ടാംവാല്യം വിജ്ഞാനം 21–ാം നൂറ്റാണ്ടിലേക്ക്, കേരള ഭാഷാ ഇൻസ്റ്റിറ്റ്യൂട്ട് തിരുവനന്തപുരം.
16. പ്രകാശ് ബാബു പി വി : 2008 ഒക്ടോബർ–നവംബർ, ലേഖനം നാട്യശാസ്ത്രത്തിലെ ലിംഗ (അ)നീതി, കേളി, കേരള സംഗീതനാടക അക്കാദമി.
17 പിള്ള എൻ എൻ : നാടകദർപ്പണം, നാഷണൽ ബുക്ക് സ്റ്റാൾ
18. ഭാസി മടവൂർ: 1999, മലയാള നാടകവേദിയുടെ കഥ, കറന്റ് ബുക്സ്, കോട്ടയം.
19. നാരായണപ്പണിക്കർ കാവാലം: സാക്ഷി, പൂർണ്ണ പബ്ലിക്കേഷൻസ് കോട്ടയം.
20. നാരായണൻ കാട്ടുമാടം: നാടകരൂപ ചർച്ച, സാഹിത്യ പ്രവർത്തക സഹകരണസംഘം, നാഷണൽ ബുക്ക്സ്റ്റാൾ.
21. നാരായണൻ കാട്ടുമാടം: മലയാളനാടക പ്രസ്ഥാനം, കേരള സാഹിത്യ അക്കാദമി, തൃശ്ശൂർ.
22. രാജലക്ഷ്മി ആർ ബി ഡോ. 2001 ഏപ്രിൽ നാടകം സൃഷ്ടിയും സാക്ഷാൽക്കാരവും (പഠനം) പ്രഭാത് ബുക്ക് ഹൗസ്, തിരുവനന്തപുരം.
23. രാജലക്ഷ്മി ആർ ബി ഡോ. 2008 ഒക്ടോബർ–നവംബർ, ലേഖനം, മറക്കുടയ്ക്കുള്ളിലെ മഹാനരകം ഒരു സ്ത്രീപക്ഷനാടകം, കേളി, കേരള സംഗീതനാടക അക്കാദമി.
24. രാജലക്ഷ്മി ആർ ബി ഡോ. 2005 മാർച്ച്, ലേഖനം, സ്ത്രീപക്ഷനാടകവേദി ഫെമിനിസം (2) വാല്യം ഇരുപത്തൊന്നാം നൂറ്റാണ്ടിലേക്ക്, കേരള ഭാഷാ ഇൻസ്റ്റിറ്റ്യൂട്ട്,
25. രാജൻ തിരുവോത്ത്: 2007 ആഗസ്ത്–നവംബർ, നാടക ചരിത്രത്തിന്റെ മണ്ണിൽ, കേരള ഭാഷാ ഇൻസ്റ്റിറ്റ്യൂട്ട്, തിരുവനന്തപുരം.
26. രാജരാജേശ്വരി ഇ: 2009 മാർച്ച്, ഇതി–വൃത്തഭംശനയം, ഭാഷാപോഷിണി ആഴ്ചപ്പതിപ്പ്.
27 രാധ ഇ എം 2007 ആഗസ്ത്–നവംബർ, ലേഖനം, വൻ അങ്ങാടികൾ ഇല്ലാതാവുന്നത്, കേളി കേരളസംഗീതനാടക അക്കാദമി.
28. വാസുദേവൻപിള്ള വയലാ, ഡോ: 2006 മലയാള നാടകസാഹിത്യ ചരിത്രം 2005, സുവർണ്ണ ജൂബിലി ഗ്രന്ഥാവലി, കേരളസാഹിത്യ അക്കാദമി, തൃശ്ശൂർ.
29. വേലായുധൻപിള്ള, പി വി ഡോ. എൻ കൃഷ്ണപിള്ളയും ഭാരതീയ നാടകവേദിയും, നാഷണൽ ബുക്ക് സ്റ്റാൾ, കോട്ടയം.
30. വേണുക്കുട്ടൻനായർ, പി കെ 1972, നാടകകളരി, സി ജെ സ്മാരക സമിതി, നാഷണൽ ബുക്ക് സ്റ്റാൾ.
31. ശങ്കരപ്പിള്ള ജി ഡോ. 1980 ഒക്ടോബർ, മലയാളനാടകസാഹിത്യചരിത്രം, കേരള സാഹിത്യ അക്കാദമി, തൃശ്ശൂർ.
32. ശ്രീകുമാർ കെ ഡോ. (എ ഡി). 2002 ഒക്ടോബർ, *മലയാളസംഗീതനാടകചരിത്രം*, കറന്റ് ബുക്സ്, കോട്ടയം.
33. ശ്രീജ കെ വി: 2009 മാർച്ച്, നാടകം *കലംകാരിയുടെ കഥ*, ഭാഷാപോഷിണി, മലയാളമനോരമ പ്രസിദ്ധീകരണം.
34. ശ്രീജ കെ വി: 2004 ആഗസ്ത് ഓരോരോ കാലത്തിലും മൂന്ന് നാടകങ്ങൾ, സ്ത്രീപക്ഷം, ഡി സി ബുക്സ്, കോട്ടയം
35. ശ്രീലത എസ്; 2009 മാർച്ച്, ലേഖനം, മലയാളനാടകവേദിയും സദാചാര പൊലീസും, ഭാഷാപോഷിണി, മലയാളമനോരമ പ്രസിദ്ധീകരണം.
36. ശൈലജ ജെ: 2007 ഡിസംബർ–മാർച്ച് ലേഖനം നാടുണർത്തിയ നാടകോത്സവം,കേളി, കേരളസംഗീത നാടക അക്കാദമി പ്രസിദ്ധീകരണം.
37. ഷഹനാസ് പി വി: 2008 ഒക്ടോബർ–നവംബർ, ലേഖനം ആമ കന്യകയും അന്തർജ്ജനവും, കേളി, കേരളസംഗീതനാടക അക്കാദമി.

38. സെബാസ്റ്റ്യൻ കുഞ്ഞുകുഞ്ഞു ഭാഗവതർ, 1986 ജനുവരി, നാടകസ്മരണകൾ, കേരളസംഗീത നാടക അക്കാദമി, തൃശ്ശൂർ.
39. സതീഷ് കെ സതീഷ് (എഡി) 2003 നവംബർ, തിയേറ്റർ ടെക്സ്റ്റ് നാടക പുസ്തകം1, മലയാളത്തിന്റെ നാടകങ്ങൾ, മേധാ ബുക്സ്, കോഴിക്കോട്.
40. സജിത എം: 2009 മാർച്ച്, സ്ത്രീയുടെ നാടകഭാഷ, ഭാഷാപോഷിണി ആഴ്ച പ്പതിപ്പ്.
41. സജിത മഠത്തിൽ: 2008, പ്രവാചക പ്രവചിക്കുന്നത്, മാതൃഭൂമി വാരാന്ത്യപ്പ തിപ്പ്.
42. സജിത മഠത്തിൽ, 2008 ആഗസ്ത്-സെപ്തംബർ, ലേഖനം നിലമ്പൂർ അയിഷ നാടക ചരിത്രം തിരുത്തിക്കുറിക്കുമ്പോൾ, കേളി, കേരള സംഗീത നാടക അക്കാദമി പ്രസിദ്ധീകരണം.
43. സജിത എം: 1997 ഒക്ടോബർ-ഡിസംബർ, അരങ്ങിലെത്താത്ത അടുക്കള ക്കാരി, ലേഖനം, സംസ്കാരകേരളം ത്രൈമാസിക.
44. സജിത മഠത്തിൽ: 2010 മലയാള നാടക സ്ത്രീചരിത്രം, മാതൃഭൂമി ബുക്സ്, കോഴിക്കോട്.
45. സദാനന്ദൻ: 1996 ജൂലൈ, അഭിനയം നാടകത്തിലും സിനിമയിലും, ലേഖ നം, സംസ്കാര കേരളം ത്രൈമാസിക.
46. സി ജി എസ് ആർ: 2008 ഒക്ടോബർ, അരങ്ങിലെ പെരുമ, ഗുരുവിഷൻ നവോത്ഥാന മാസിക, തിരുവനന്തപുരം.
47. സുധി സി വി: 2009 മാർച്ച്, മറുരംഗരൂപനീതിയുടെ നിലപാടുകൾ ഭാഷാ പോഷിണി ആഴ്ചപ്പതിപ്പ്.
48. വിജയൻ നായർ കെ പ്രൊഫ: 2005 നാടകനിഘണ്ടു, സ്കൈ ബുക്ക് പബ്ലി ക്കേഷൻസ്.
49. ശങ്കരപ്പിള്ള ജി: 1998 ഏതോ ചിറകടിയൊച്ചകൾ (നാടകങ്ങൾ) ഡിസി ബുക്സ്.
50. മാത്തൻ തരകൻ, പുത്തൻകാവ് : 1970 മെയ്, പൗരസ്ത്യ നാടക ദർശനം (ഉ പന്യാസങ്ങൾ) നാഷണൽ ബുക്ക് സ്റ്റാൾ.
51. നാടകള്ളതു (കേളി) -കേരള സംഗീത നാടക അക്കാദമി പ്രസിദ്ധീകരണം സ്ത്രീപ്പതിപ്പ് ലക്കം 12 മെയ് 2011.
52. ഭരതമുനി : നാട്യശാസ്ത്രം വാല്യങ്ങൾ1,2.
53. കൃഷ്ണ ചൈതന്യ: സംസ്കൃത സാഹിത്യ ചരിത്രം.
54. കെ പി എം(വിവർ): കൗടില്യന്റെ അർത്ഥശാസ്ത്രം.
55. സുലോചന കെ പി എസി.: 2007 ജൂൺ, അരങ്ങിലെ അനുഭവങ്ങൾ, കറന്റ് ബുക്സ്, തൃശ്ശൂർ.
56. റിച്ചാർഡ് ബൊ ലസ്ലാവിസികി: 2009 അഭിനയപാഠങ്ങൾ (വിവ:) ടിഎം എബ്ര ഹാം, മാതൃഭൂമി ബുക്സ്.
57. Constructing Experience theorising a Feminist Theatre History: Charotte Gunning, Theater Journzl.
58. Feminist Theatre practice a handbook: Roult edge, London.
59. Crendes and Politics of History.
60. Language of theatre shaped women: Zisbeth Goodmen, Jane De Gey.
61. Performing Feminisms, Feminist critical theory and theatre edited: Sue Ellen Case. Johns Hopleins
62. Traditions of Indian Theatre: M Z. Varadirende.

9 789385 045615

Printed by Libri Plureos GmbH in Hamburg,
Germany